നരോദപാട്യയിൽ നിന്നുള്ള ബസ്

narodapadyayil ninnulla bus

•

v shinilal

•

first edition
august 2017

•

typesetting & published
chintha publishers, thiruvananthapuram

•

cover
vishnu ram

വിതരണം

ദേശാഭിമാനി ബുക്ക് ഹൗസ്

H O തിരുവനന്തപുരം-695 035
phone: 0471-2303026, 6063026
www.chinthapublishers.com
chinthapublishers@gmail.com

ബ്രാഞ്ചുകൾ

ഹെഡ്ഡാഫീസ് ബ്രാഞ്ച് കുന്നുകുഴി • സ്റ്റാച്യു തിരുവനന്തപുരം • കെ എസ് ആർ ടി സി ബസ് സ്റ്റേഷൻ ആലപ്പുഴ • കെ എസ് ആർ ടി സി ബസ് സ്റ്റേഷൻ എറണാകുളം • മച്ചിങ്ങൽ ലെയ്ൻ തൃശൂർ • ഐ ജി റോഡ് കോഴിക്കോട് • മാവൂർ റോഡ് കോഴിക്കോട് • എൻ ജി ഒ യൂണിയൻ ബിൽഡിങ് കണ്ണൂർ • സെൻട്രൽ ബസ് ടെർമിനൽ കോംപ്ലക്സ് താവക്കര കണ്ണൂർ

CO - 2560 / 4405
ISBN - 978-93-86637-29-1

നരോദപാട്യയിൽ നിന്നുള്ള ബസ്

വി ഷിനിലാൽ

ചിന്ത പബ്ലിഷേഴ്സ്
തിരുവനന്തപുരം-695 035

വി ഷിനിലാൽ

1975 ൽ തിരുവനന്തപുരം ജില്ലയിലെ നെടുമങ്ങാട് ഇരിഞ്ചയത്ത് ജനിച്ചു.

അച്ഛൻ: കെ വിശ്വനാഥൻ, അമ്മ : വസന്തകുമാരി

ഗവൺമെന്റ് ഹൈസ്കൂൾ പൂവത്തൂർ, ചാക്ക ഐ റ്റി ഐ, നെടുമങ്ങാട് ഗവൺമെന്റ് കോളേജ് എന്നിവിടങ്ങളിൽ വിദ്യാഭ്യാസം.

ദക്ഷിണ റെയിൽവേ തിരുവനന്തപുരം ഡിവിഷനിൽ ട്രാവലിങ് ടിക്കറ്റ് ഇൻസ്പെക്ടറായി ജോലി ചെയ്യുന്നു.

സാഹിത്യപ്രവർത്തകസഹകരണ സംഘത്തിന്റെ പ്രഥമ കാരൂർ സ്മാരക നോവൽ പുരസ്കാരം *ഉടൽഭൗതികം* എന്ന ആദ്യ കൃതിക്ക് ലഭിച്ചു.

ഭാര്യ	:	റീന.
മക്കൾ	:	റിഷി, സൂര്യകാന്തി.
വിലാസം	:	പ്രകൃതി ഇരിഞ്ചയം പി ഒ നെടുമങ്ങാട് തിരുവനന്തപുരം – 695561
ഫോൺ	:	9947406117
ഇമെയിൽ	:	shinilal@gmail.com

ഉള്ളടക്കം

പ്രസാധകക്കുറിപ്പ്

കഥയെഴുത്ത് സൂക്ഷ്മതലത്തിലുള്ള രാഷ്ട്രീയ ഇടപെടലാണ്. തന്റെ സ്ഥലത്തോടും കാലത്തോടുമുള്ള പ്രണയമോ കലഹമോ ആകാമത്. പ്രപഞ്ചത്തിലെ സകലതിനോടും തന്നെ ചേർത്തുവയ്ക്കുന്ന എഴുത്തുകാരനാണ് ഷിനിലാൽ. സാങ്കല്പിക ലോകത്തെ ആകാശപ്പറവയല്ല നാട്ടിടവഴികളിലെയും നഗരപാതകളിലെയും കാൽനടക്കാരനാണീ കഥാകാരൻ. നാം കണ്ടും കേട്ടും കളഞ്ഞതിനെ ഷിനിലാൽ ഉള്ളിൽ കോർത്തിടുന്നു. കഥകളായി തിരിച്ചു തരുന്നു. വരും കാലത്തെ കഥയെന്താവുമെന്നറിയാൻ ഈ കഥകൾ നിങ്ങളെ സഹായിക്കും.

ചിന്ത പബ്ലിഷേഴ്സ്

അയാളും കഥയും ഞാനും

കേട്ടോ,

മാർക്വേസിനേക്കാൾ ഭാവനാശാലിയായിരുന്നു അവന്റെ അപ്പൂപ്പൻ. എഴുതി വെക്കാതെ പോയ നൂറുനൂറു കഥകൾ അപ്പൂപ്പൻ പറഞ്ഞു കൊടുത്തു. അപ്പൂപ്പന്റെ മുറിയുടെ ഉത്തരത്തിൽ ഒരു വവ്വാൽ തൂങ്ങിക്കിട ന്നിരുന്നു. ആ വവ്വാൽ ഒരു കുട്ടിച്ചാത്തനാണെന്നും അത് രാത്രികാല ങ്ങളിൽ അപ്പൂപ്പനെ മുതുകിൽ കയറ്റി ലോകങ്ങളായ ലോകങ്ങളിലെല്ലാം സഞ്ചരിക്കുകയും ഓരോ നാട്ടിൽ ചെല്ലുമ്പോൾ അതാത് നാട്ടിലെ കഥകൾ പറഞ്ഞു കൊടുക്കുകയും ചെയ്തിരുന്നുവത്രെ. തൊട്ടു മുന്നിൽ കാണുന്ന വസ്തുക്കളെപ്പോലും മിത്തുകളാക്കി ഫാന്റസിയുടെ കൊടു മുടിയിൽ കയറ്റി നിർത്തി അവന്റെ മാർക്വസ്. ഭാവനയും മിത്തും കെട്ടു കഥകളും ഭൂതപ്രേതങ്ങളും മറുതകളും യക്ഷിപ്പാലകളും വിചിത്ര ജീവികളും ഗന്ധർവ്വരാജകുമാരന്മാരും *മഹാഭാരതവും രാമായണവും* ഗാന്ധിജിയും നാണുഗുരുവും വില്ലുവണ്ടിയും ഉമയമ്മറാണിയും കള്ളി യങ്കാട്ട് നീലിയും മറവപ്പടയും മാന്ത്രികമായി ഇഴചേർന്ന മായികലോക ത്താണ് മുത്തശ്ശൻ അവനെ ചുറ്റിനടക്കാൻ കൊണ്ടുപോയത്. ആ നടത്തയിലെവിടെയോ വച്ചാണ് കഥയെഴുത്തുകാരനാവണം എന്ന് അവന് തോന്നലുദിച്ചത്. ഇന്ന് തിരിഞ്ഞു നോക്കുമ്പോൾ കുഞ്ഞു കൃഷ്ണൻ എന്നു പേരുള്ള ആ മനുഷ്യൻ കഥയോ യാഥാർത്ഥ്യമോ എന്നറിയാത്ത മാജിക്കൽ അവസ്ഥയിലാണ്.

അവന്റെ സാഹിത്യശ്രമങ്ങൾ അവിടവിടെ വെളിച്ചം കണ്ടു. എന്നാൽ ജീവിതം ഒരു വട്ടമാണെന്നും അതിങ്ങനെ ആവർത്തിച്ചുകൊണ്ടിരിക്കുന്ന നിരർത്ഥകതയാണെന്നും എവിടെ വച്ചോ അവൻ ചിന്തിക്കാൻ തുടങ്ങി.

ഒരു ചെടിയിൽ കവിഞ്ഞ പ്രസക്തിയൊന്നും അവന് തന്നെക്കുറിച്ച് തോന്നിയില്ല.

അതോടെ കഥയും അവനും തമ്മിലുള്ള കൂട്ട് വഴിയിൽ മുറിഞ്ഞു പോയി. മലയാളത്തിൽ ഒരു അക്ഷരംപോലും എഴുതാതെ ഒന്നും വായിക്കാതെ പോയ നീണ്ട പത്തുവർഷങ്ങൾ അവന്റെ ജീവിതത്തിൽ ഉണ്ട്. അന്നൊക്കെ താൻ എന്താണ് ചെയ്തിരുന്നത് എന്ന് ചിന്തിക്കുമ്പോൾ അവന് അത്ഭുതം തോന്നുന്നുമുണ്ട്, എന്നാൽ അവന് നഷ്ടബോധമില്ല.

ജോലിയുടെ ഭാഗമായും അല്ലാതെയും അവൻ ഇന്ത്യ എന്ന ഭൂഭാഗത്തിൽ തലങ്ങും വിലങ്ങും സഞ്ചരിച്ചു. ധാരാളം മനുഷ്യരെ കണ്ടു. കണ്ടത് പകർത്താൻ ശ്രമിച്ചപ്പോഴൊക്കെ അക്ഷരങ്ങൾ അയാളെ നോക്കി കൊഞ്ഞനം കുത്തി. അയാൾക്ക് പാട്ടുപാടാനോ ചിത്രം വരയ്ക്കാനോ പ്രസംഗിക്കാനോ അറിയില്ലായിരുന്നു. ധാരാളം കൂട്ടുകാരൊക്കെയുള്ള അയാൾ മിക്കപ്പോഴും ഒറ്റയ്ക്കുമായിരുന്നു.

അങ്ങനെയിരിക്കെ ഒരുദിവസം ഉറക്കമുണർന്ന അയാൾ അത്ഭുതപ്പെട്ടു പോയി. അതാ മുറ്റം നിറയെ അക്ഷരങ്ങൾ. ആർത്തിപിടിച്ച കുഞ്ഞിനെപ്പോലെ അയാൾ അക്ഷരങ്ങൾക്കിടയിൽ പാഞ്ഞു നടന്നു. രണ്ടു കൈകൊണ്ടും അവയെ പെറുക്കിക്കൂട്ടി. കിട്ടിയ അക്ഷരങ്ങളെ അയാൾ കൂട്ടിയിണക്കി. എന്നോ കൈവിട്ടുപോയ വാക്കുകൾ ചേർത്ത് വാക്യങ്ങളുണ്ടാക്കുന്ന സൂത്രവിദ്യ അയാൾക്കിപ്പോൾ സ്വായത്തമായി. അതാ, അയാൾ വീണ്ടും എഴുതാൻ തുടങ്ങി.

അയാളൊരു നോവലെഴുതി. അതിന് *ഉടൽഭൗതികം* എന്നു പേരിട്ടു.

ഞാൻ അത് വായിച്ചു കേട്ടോ. എനിക്കും ഇഷ്ടമായി. വല്ലാത്ത സന്തോഷം തോന്നി. ഞാൻ അയാളുടെ ചുമലിൽ തട്ടി. അയാളുടെ നെറ്റിയിൽ ഉമ്മവച്ചു.

പറയാൻ മറന്നു പോയി സുഹൃത്തേ,

അയാൾ ഞാനാണ്. അത് എന്നെ ഒട്ട് അത്ഭുതപ്പെടുത്തുന്നുമുണ്ട്. അയാളും ഞാനും ചേർന്ന് വീണ്ടും കഥകൾ എഴുതാൻ തുടങ്ങിയത് 2015 ലാണ്. 2016 വരെ ആനുകാലികങ്ങളിൽ പ്രസിദ്ധീകരിച്ച എട്ടു കഥകളാണ് ഈ പുസ്തകത്തിൽ. *ഉടൽഭൗതികം* സ്വീകരിച്ച പോലെ ഈ പുസ്തകത്തേയും സ്വീകരിക്കുമെന്ന് ഞാൻ പ്രതീക്ഷിക്കുന്നു; എന്നെ നിർല്ലോഭം വിമർശിക്കുമെന്നും. കുറച്ചു നന്ദി കൂടി പറഞ്ഞ് ഈ എഴുത്ത് അവസാനിപ്പിക്കാം.

വീണ്ടും എഴുതാൻ പ്രേരണയായ ശിഹാബുദ്ദീൻ പൊയ്ത്തുംകടവ്, ഭരതന്നൂർ ഷമീർ, തലച്ചോർ ഇളനീർപ്പരുവമായിരുന്ന കാലത്ത് ഒപ്പം നടന്ന അസീം താന്നിമൂട്, പലവിധത്തിൽ എന്നെ സ്വാധീനിച്ചിട്ടുള്ള

ഒ വി വിജയൻ, കാരൂർ, ഡോസ്റ്റോയെവ്സ്കി, ഗാബോ, എം സുകുമാരൻ, സുഭാഷ് ചന്ദ്രൻ, പി വി കെ പനയാൽ മാഷ്, യു കെ കുമാരൻ മാഷ്, കെ എസ് രവികുമാർ സാർ, പ്രദീപ് പനങ്ങാട്, രാജേഷ് ചിറപ്പാട്, യുണൈറ്റഡ് ലൈബ്രറി, പ്രകൃതീയം. ഈ കഥകൾ പുസ്തകരൂപത്തിൽ പ്രസിദ്ധീകരിക്കാൻ തീരുമാനിച്ച ചിന്ത പബ്ലിഷേഴ്സ്.

അപ്പോൾ *നരോദപാട്യയിൽനിന്നുള്ള ബസ്* വായിച്ചതിനുശേഷവും നമ്മൾ തമ്മിലുള്ള ബന്ധം തുടരുമെന്ന പ്രതീക്ഷയോടെ,

സ്വന്തം

വി ഷിനിലാൽ

ഡാലിയമ്മൂമ്മയുടെ പുഴ

“നീ മരിയാദിക്ക് പൊയ്ക്കോ.” പുഴ പറഞ്ഞു.

“ഇല്ലെടീ, ഞാൻ ഇവ്ട കെടന്ന് ചത്തോളാം.” ഡാലിയമ്മൂമ്മ പുഴയുടെ മടിക്കുത്തിനിട്ടൊരു ചവിട്ടു കൊടുത്തു. പുഴയ്ക്ക് കലിവന്നു. അത് ഡാലിയുടെ തുരുത്തിനെ വലംവച്ച് ദേഷ്യത്തോടെ ഒന്നുയർന്ന് ചാടിയ ശേഷം ഒഴുകിപ്പോയി. ഒന്നുകൂടി ഓർമ്മിപ്പിക്കാനും മറന്നില്ല: “പോണെങ്കി പൊയ്ക്കോ. ഞാൻ എന്തരൊക്കെ ചെയ്തു കൂട്ടാമ്പോണെന്ന് നീ നോക്കിക്കോ.”

ഡാലിയമ്മൂമ്മ ധർമ്മസങ്കടത്തിൽ പെട്ടു.

“ഇന്നാ, ഇതു വച്ചോ.” പോകും വഴി മരണാസന്നനായ ഒരു പെരുമ്പാമ്പിൻകുഞ്ഞിനെ ഡാലിയമ്മൂമ്മയുടെ കുടിലിലേക്ക് തള്ളിയിട്ടു കൊടുത്തു പുഴ.

“അയ്യോ പാവം.” അമ്മൂമ്മ അവനെയെടുത്ത് വേഗം അടുപ്പിനരികത്തു കൊണ്ടു പോയി കിടത്തി. തണുത്ത് വിറയ്ക്കുന്നൊണ്ട്.

“നെനക്ക് തന്തേം തള്ളേം ഒന്നുമില്ലേ? നോക്കാതേം പാക്കാതേം എറങ്ങി നടന്നോളും.” അവൻ ദയനീയമായി ഡാലിയമ്മൂമ്മയെ നോക്കി. തഴവ പോലെ ചുരുണ്ടുകിടന്ന അവന്റെ പൂവ് പോലത്തെ ഉടലിൽ അമ്മൂമ്മ തന്റെ ചുളുങ്ങിയ വിരലുകൾകൊണ്ട് തലോടി.

“ഊടന്ന് പോയാപ്പിന്നെ, വല്ല വങ്കിലും കേറിയിരുന്ന്, എലീനേ ഞാനും പിടിച്ച് തിന്നുംകൊണ്ട് അടങ്ങി കെടന്നോളണം കേട്ടാ.”

കിള്ളിയാർ കാവൽ കിടന്ന കുടിലിനുള്ളിൽ ഡാലിയമ്മൂമ്മയും പെരുമ്പാമ്പും മറ്റാർക്കും മനസ്സിലാവാത്ത ഭാഷയിൽ പരസ്പരം സംസാരിച്ചുകൊണ്ടിരുന്നു.

തടവിത്തടവി കൈ തളർന്നപ്പോൾ ഡാലിയമ്മൂമ്മ പറഞ്ഞു. “എനിക്കൊറക്കം വരണ്. നീ എവിടേ പെയ്യ് തൊലേ.” ഡാലിയമ്മൂമ്മയുടെ ചൂട് വിട്ടു പോകാൻ കുഞ്ഞുപാമ്പിന് മനസ്സ് വന്നില്ല. കായസഞ്ചി പോലെ തൂങ്ങിപ്പോയ മുലകൾക്കിടയിൽ തലവച്ച് അമ്മൂമ്മയുടെ അടിവയറ്റിൽ ചുറ്റിപ്പിണഞ്ഞ് ചൂടുപറ്റി അവനും ഉറങ്ങി.

“പാവം തള്ളയില്ലാപ്പിള്ള.”

പെട്ടെന്ന്, കുടിലിന്റെ പുരപ്പുറത്തേക്ക് കല്ലുകൾ വന്നു വീഴാൻ തുടങ്ങി. പാമ്പിൻ കുഞ്ഞ് പേടിച്ചു വിറച്ചു.

“ഡാകിനിക്കെളവീ. ഒഴിഞ്ഞു പോവാനൊള്ള അവസാനത്തെ രാത്രിയാണിന്ന്. നാളെ മഴ തുടങ്ങും മുമ്പ് നീ പൊയ്ക്കോളണം.”

“നിന്റേക്ക അപ്പൻ വിയാരിച്ചാലും ഞാമ്പോവൂല. നായ്ക്ക് പെറന്ന മക്കളേ.” ഡാലിയമ്മൂമ്മ മറുപടി പറഞ്ഞു.

മണലൂറ്റുകാരാണ്. ലക്ഷങ്ങളുടെ വിലയുള്ള മണലെടുക്കുന്നതിന് അവശേഷിക്കുന്ന തടസ്സം ഡാലിയമ്മൂമ്മ മാത്രമാണ്. മണൽത്തുരുത്തിന് കാവലായി നിന്നതുകൊണ്ട് ഡാലിയമ്മൂമ്മ അവരുടെ ശത്രുവായി. അമ്മൂമ്മയെ ഓടിക്കാൻ അവസാന ശ്രമം നടത്തുകയാണവർ.

പതിവുപോലെ അന്നും ഡാലിയമ്മൂമ്മ കറിയറുപ്പോത്തിയുമായി പുറത്തിറങ്ങി. തുരുത്തിനെ വട്ടം ചുറ്റിക്കൊണ്ട് വള്ളത്തിൽനിന്നും കല്ലെറിയുന്ന കള്ളന്മാരെ അവർ ഒറ്റയ്ക്ക് നേരിട്ടു. പതിവില്ലാത്ത പോലെ അന്ന് മണൽക്കൊള്ളക്കാർ ഭയന്നു പിന്മാറി.

“അയ്യോ! കെളവി രക്ഷസ്സായിറ്റ് നിക്കണ്. കഴുത്തില് പാമ്പ് ചുറ്റി കെടക്കണത് കണ്ടോ”

അതുകേട്ട് അമ്മുമ്മ ചിരിച്ച് ചിരിച്ച് മണ്ണു കപ്പി. ഇതെല്ലാം കണ്ട് പാമ്പിൻകുഞ്ഞ് ഭയന്ന് വിറയ്ക്കുകയായിരുന്നു.

വള്ളക്കാർ പോയിക്കഴിഞ്ഞപ്പോൾ പുഴ വീണ്ടും സംസാരിക്കാൻ വന്നു.

“നെനക്കൊന്ന് പോയിത്തരാമോ? നിന്നെക്കരുതി മാത്രമാണ് ഞാനിതെല്ലാം കുത്തിയെടുത്ത് കടലിലെത്തിക്കാത്തത്.”

“പോടീ, ചത്താലും നിന്റോടൊപ്പം ചാവാം.” പുഴ പിന്നെയൊന്നും മിണ്ടിയില്ല. അത് അതിന്റെ പാട്ടിന് പോയി.

ഡാലി കുഞ്ഞായിരുന്നപ്പോൾ പുഴ നൂറ് മീറ്ററെങ്കിലും അകലെയായിരുന്നു. പിച്ചവച്ചു നടന്നു തുടങ്ങിയപ്പോൾ തുടങ്ങിയതാണ് പുഴയുമായുള്ള ചങ്ങാത്തം. പൊൻമുടിക്കാടുകളിലെവിടെയോ നിന്ന് കുലം കുത്തിയിറങ്ങി വേഗത്തിൽ അറബിക്കടലിലേക്കുള്ള പോക്കാണ് പുഴയുടെ ജോലി. സംസാരിച്ചു തുടങ്ങിയതു മുതൽ ഡാലി പുഴയോട് വർത്തമാനം പറഞ്ഞു. ക്രമേണ പുഴ ഡാലിയോടും സംസാരിച്ചു. അവർക്കിടയിൽ പുതിയ ഭാഷയുണ്ടായി. പുലർച്ചെ ഉണർന്ന് കൈതക്കാട്ടിൽ

തൂറാനിരിക്കുന്നതു മുതൽ തുടങ്ങും പുഴയും ഡാലിയും തമ്മിലുള്ള കാര്യം പറച്ചിൽ.

മണലൂറ്റുകാരാണ് പുഴയെ ഡാലിയുടെ മുറ്റംവരെയെത്തിച്ചത്.

പുഴ നടന്നു മുറ്റത്തേക്ക് വന്നപ്പോൾ മനുഷ്യർ വീടുകൾ ഉപേക്ഷിച്ചു പോകാൻ നിർബ്ബന്ധിതരായി. പോകാൻ കൂട്ടാക്കാത്തവരെ കള്ളന്മാർ ഭീഷണിപ്പെടുത്തിയും ഭൂമിക്ക് വൻവില നല്കിയും നാടുകടത്തി.

ഒടുവിൽ ഡാലിയമ്മൂമ്മ മാത്രമായി. ഡാലിയുടെ കുടിലിനെ പുഴ വളഞ്ഞു. ക്രമേണ നിരാലംബരായ രണ്ട് വൃദ്ധ വിധവകളെ പോലെ പുഴയും ഡാലിയും സങ്കടങ്ങൾ മാത്രം പങ്കുവച്ചു. വാർഡ് മെമ്പർ വങ്കൻ മാധവനും മറ്റെല്ലാ പാർട്ടിക്കാരും അമ്മൂമ്മയെ ഉപദേശിച്ചു.

"കെളവീ, വയസ്സാംകാലത്ത് ഇവിടെ കെടന്ന് തണുത്ത് മുറുന്ന് ചാവാത നെടുവങ്ങാട്ടെ മോള വീട്ടി പോയി താമസിക്കിൻ." വങ്കന്മാരെന്ന് തെളിയിച്ചുകൊണ്ടിരുന്ന അവന്മാരോട് ഡാലി മറുപടിയൊന്നും പറഞ്ഞില്ല. രണ്ടു ദിവസത്തിനുള്ളിൽ മഴ പെയ്യും. പുഴ എങ്ങനെ പെരുമാറുമെന്നറിഞ്ഞു കൂട.

പിറ്റേന്ന്, വള്ളത്തിൽ ഒരു സംഘം ആളുകൾ അവിടേക്ക് വന്നു. കാണാൻ മെനയൊള്ള ഒരു ചെറുപ്പക്കാരൻ ഡാലിയുടെ മുറ്റത്തു കിടന്ന ചൂരൽ കസേരയിൽ കയറിയിരുന്നു.

"ഞാനാണ് ഇവിടത്തെ ജില്ലാകളക്ടർ."

"തേയില വെള്ളം ഇടട്ടെ മോനെ." അതു കേട്ട് മെമ്പറും മണലൂറ്റുന്ന പയലുകളും കൂടി നിന്ന് വാപൊത്തി ചിരിച്ചു.

"ഡാലിയമ്മൂമ്മ രാഷ്ട്രപതിക്ക് ഒരു ഹർജി അയച്ചിരുന്നില്ലേ?"

"ഓ. അത് പുഴയും ഞാനും കൂട തംതാരിച്ച് തീരുമാനിച്ചയച്ചേണ്. പൊഴ പറഞ്ഞ്, തൂക്കിക്കൊല്ലാൻ പോണവരൊക്കെ അങ്ങേരിക്ക് ഹർജി കൊടുത്താ ചെലപ്പം ശിക്ഷ എളവ് ചെയ്യാനക്കൊണ്ട് ചട്ടമൊണ്ടെന്ന്. പൊഴക്ക് എന്നെക്കാട്ടിലും അറിവാണ്. അതിങ്ങന പല നാടുകള് ചുറ്റണയല്ലേ. അങ്ങനേണ് ഞാൻ പത്രക്കാര് പുള്ളാരെക്കൊണ്ട് ഹര്ജി അയപ്പിച്ചത്."

"അമ്മൂമ്മാ, ഞാൻ രാഷ്ട്രപതിക്കും ഗവർണർക്കും മുഖ്യമന്ത്രിക്കും ഗവൺമെന്റിനും വേണ്ടിയാണ് ഞാൻ ഇവിടെ നില്ക്കുന്നത്."

"എന്നിട്ടും നിന്നെ കണ്ടിട്ട് ഒരു ചൊടിയില്ലല്ലോടാ. ഈ പുഴയില് നല്ല ഒടവല മീൻ കിട്ടും. പിടിച്ച് ചമ്പാവരിയിലിട്ട് കഞ്ഞി വച്ച് കുടിക്കണം. തടി പാലം പോലെ വരും."

"ആരുമില്ലാത്ത തുരുത്തിൽ ഇനിയും ഒറ്റയ്ക്ക് താമസിക്കുന്നത് അപകടമാണ്. ചരിത്രത്തിലെ ഏറ്റവും വലിയ മഴക്കാലമാണ് വരാൻ പോകുന്നത്."

വളരെ നിസ്സാരമായ ഒരു നോട്ടം മാത്രമായിരുന്നു അമ്മൂമ്മയുടെ

മറുപടി. മുറ്റത്തെ കല്ലടുപ്പിൽ ചൂടാക്കിയ തേയിലവെള്ളം പിഞ്ഞാണ ക്കോപ്പയിൽ ഒഴിച്ച് അമ്മൂമ്മ കളക്ടർക്ക് കൊടുത്തു.

“കുടി മോനെ. ഇത് നീ കുടിക്കണ വെഷച്ചായയല്ല. ദെവസോം പൊഴ എനിക്ക് ഒരു തേയിലച്ചെടി പിഴുതോണ്ട് തരും. ഓളത്തിലിട്ട് ഉരുട്ടിയുരുട്ടി എന്റെ മുറ്റത്തിട്ടുമ്മച്ച് പോവും. അത് ഒണക്കിയെടുത്ത തേയിലയാണ്. കുടി.”

അയാൾ കുടിച്ചു.

“അതുകൊണ്ട് ഞാൻ പറയുന്നു, ഡാലിയമ്മൂമ്മ ഇവിടന്ന് താമസം മാറണം.”

“ചായ കൊള്ളാമോടാ കൊച്ചേ?”

“നഗരത്തിൽ. അവിടെ എല്ലാ സൗകര്യവും ഉള്ള ഒരു ഫ്ളാറ്റിൽ ഗവൺമെന്റിന്റെ പൂർണ്ണ സംരക്ഷണയിൽ അമ്മൂമ്മയ്ക്ക് കഴിയാം.”

”ഈ പൊഴയേം കൂട അതിന്റകത്ത് താമസിപ്പിക്കുമോ?” അമ്മൂമ്മ എടുത്തടിച്ചതു പോലെ ചോദിച്ചു.

കളക്ടർ ഒരു നിമിഷം ചിന്തിച്ചു.

“ഡാലിയമ്മൂമ്മ താമസിക്കുന്ന ഫ്ളാറ്റിന് ”കിള്ളി” എന്നു പേരിടാം. ഈ പുഴയിലെ വെള്ളം കൊണ്ട് ബാത്ടബ്ബും ഉണ്ടാക്കി തരാം. വരണം.”

“വരൂല. വയസ്സായ നിന്റെ ഒടപ്പെറന്നോളെ ചാവാൻ വിട്ടിട്ട് നീയാണെങ്കി പോവുമോ?”

“അങ്ങനെയാണെങ്കിൽ എനിക്ക് ബലം പ്രയോഗിച്ച് കൊണ്ടു പോകേണ്ടി വരും.”

കളക്ടർ എഴുന്നേറ്റു.

എതിർക്കാനുള്ള ശരീര ബലമൊന്നും ഡാലിയമ്മൂമ്മയ്ക്കില്ലായിരുന്നു. അവരെ വനിതാപ്പൊലീസുകാർ നിർബ്ബന്ധപൂർവ്വം പിടിച്ച് വള്ളത്തിൽ കയറ്റിക്കൊണ്ടു പോയി. ആറിനു നടുക്കെത്തിയപ്പോൾ അവസാന തുണയും നഷ്ടപ്പെട്ട പുഴ അപാരമായി ഒന്നു നിലവിളിച്ചു.

ഡാലിയമ്മൂമ്മയുടെ ചങ്ക് കിടുങ്ങിപ്പോയി.

പതിമൂന്നാം നിലയിലെ ”കിള്ളി” എന്നു പേരിട്ട അപ്പാർട്ട്മെന്റിന്റെ ജനലിലൂടെ കാണുന്ന കടലിളക്കം നോക്കി അമ്മൂമ്മ ദിവസങ്ങൾ തള്ളി നീക്കി.

മഴ തുടങ്ങി.

വിഷാദിയായി ഒഴുകുകയായിരുന്ന പുഴയ്ക്ക് കലിയിളകി.

ഒരു വെളുപ്പാൻകാലത്ത് അത് ഡാലിയെ തേടിയിറങ്ങി. നഗരത്തിലെ മുടുക്കുകളിലും ഊടുവഴികളിലും നടന്ന് പുഴ ഉറക്കെ വിളിച്ചു: “ഡാലീ ഡാലീ” തകർത്താടിയ മഴയിൽ ഭ്രാന്തു പിടിച്ച പുഴ നഗരത്തെ അതിന്റെ സമനീതി പഠിപ്പിച്ചുകൊണ്ട് ഒരേ നിരപ്പിൽ ഒഴുകി. അസംഖ്യം ജലജീവികൾ നഗരഗൃഹങ്ങളെ ആവാസകേന്ദ്രമാക്കി മാറ്റി.

പുഴ പിന്നേയും അന്വേഷണം തുടർന്നു.

ഒടുവിൽ ഡാലിയമ്മൂമ്മയുടെ തൊണ്ണൂറ് കടന്ന കണ്ണുകൾ ഫ്ളാറ്റിന്റെ പുറത്തു വന്ന് മുട്ടിവിളിച്ച കിള്ളിയാറിനെ തിരിച്ചറിഞ്ഞു. സന്തോഷത്തിന്റെ നിലവിളിയോടെ ഡാലി പുറത്തേക്കെടുത്ത് ഒറ്റ ചാട്ടം ചാടി. പുഴയെ കെട്ടിപ്പിടിച്ചു. ഇരുവരും പൊട്ടിച്ചിരിച്ചു.

“നിനക്കെന്താടീ താഴത്തെ നെലയിൽ താമസിച്ചുകൂടാരുന്നോ? എന്തു പാടുപെട്ടിട്ടാണ് നിന്നെ കണ്ടുപിടിച്ചത്.” പുഴ ചോദിച്ചു.

“പോടീ” ഡാലിയമ്മൂമ്മ പുഴയ്ക്കൊരു നുള്ള് വച്ചു കൊടുത്തു.

പൊട്ടിച്ചിരിച്ചുകൊണ്ട് ഇരുവരും കടലിലേക്ക് നീന്തി.

മാധ്യമം ആഴ്ചപ്പതിപ്പ് 2016

നരോദപാട്യയിൽ നിന്നുള്ള ബസ്

(നരോദപാട്യ മറന്നവർ ഈ കഥ വായിക്കണമെന്നില്ല)

നരോദപാട്യ സ്റ്റോപ്പിൽ തിരുവനന്തപുരം ബസ് കാത്തു നില്ക്കുകയാണ് ഞാൻ. സൂപ്പർഫാസ്റ്റ് കിട്ടിയാൽ നാലഞ്ച് മണിക്കൂർ മതിയാവും.

മനുഷ്യർക്കു പകരം സ്ഥലങ്ങൾ സഞ്ചരിച്ചിരുന്നെങ്കിൽ എത്ര നന്നായിരുന്നുവെന്ന് ആ സമയം ഞാൻ ചിന്തിക്കാൻ തുടങ്ങി. വീട്ടുമുറ്റത്ത് നില്ക്കുമ്പോൾ കോഴിക്കോട്നഗരം മുന്നിൽ വരുന്നു. മിഠായിത്തെരുവിൽ നിന്നും നമ്മൾ അലുവ വാങ്ങുന്നു. ഫേസ്ബുക്കിലെ “ഉട്ടോപ്പിയൻ” എന്ന സുഹൃത്ത് “ഹായ് ബ്രോ..” എന്ന് അഭിവാദ്യം ചെയ്തു പോകുന്നു. ഭൗമോപരിതലത്തിൽ തെറ്റുംമറ്റും സ്ഥലങ്ങൾ കറങ്ങുന്നു.

അതാ അലാസ്ക അതിന്റെ തുളച്ചിറങ്ങുന്ന തണുപ്പുമായി മെയ്‌വെയിലിൽ ചുട്ടുപൊള്ളുന്ന പാലക്കാട്ടേക്ക് വരുന്നു. നമ്മൾ മസായ്മാരയിലെത്തുന്നു. മസായ്മാരയിലെ സിംഹങ്ങൾ പൊന്മുടിയിലെ മാൻകൂട്ടത്തെ നോക്കി വെള്ളമിറക്കുന്നു. ഒരുദിവസം രാവിലെ നോക്കുമ്പോൾ ”സിറിയ” തിരുവനന്തപുരത്തു വന്നു നില്ക്കുന്നു. ആദ്യമായി യുദ്ധം നേരിട്ടു കാണുന്ന മലയാളികൾ ”അമ്പോ..” എന്ന് അത്ഭുതപ്പെടുന്നു.

ഇത്തരം ചിന്തകൾ മനസ്സിൽ തന്നെ ജനിച്ചു മരിച്ചിരുന്നതു കൊണ്ട് “വട്ടൻ” എന്ന ദുഷ്പേര് ഇതുവരെ എനിക്ക് കേൾക്കേണ്ടി വന്നിട്ടില്ല. ചിന്ത മുറുകുന്നതിനിടെ തിരുവനന്തപുരം ഫാസ്റ്റ്പാസഞ്ചർ നിർത്താതെ എന്റെ മുന്നിലൂടെ കടന്നുപോയി.

നരോദപാട്യ ബസ്സ്റ്റോപ്പ് നാഷണൽ ഹൈവേയിലെ ഒരു വളവിലാണ് സ്ഥിതി ചെയ്യുന്നത്. അതുകാരണം കാത്തു നില്പുകാർക്ക് ഇടയ്ക്കിടെ വടക്കോട്ട് നോക്കേണ്ടി വന്നിരുന്നു. ഞാനും അങ്ങനെ ചെയ്യുന്നുണ്ട്. ഹൈവേക്ക് സമാന്തരമായി നദിയും അതിനു കുറുകെ

പാലവുമുണ്ട്. ഇന്ദ്രപ്രസ്ഥ ബാർ കുറച്ചു വടക്കാണ്. 555 പേർക്ക് ഒരുമിച്ചിരുന്ന് മദ്യപിക്കാനും വലിയ വലിയ കാര്യങ്ങൾ ചർച്ച ചെയ്യാനുമുള്ള സൗകര്യം അവിടെയുണ്ട്.

നിന്നുനിന്ന് രാത്രിയായതറിഞ്ഞില്ല. വടക്കു നിന്നൊരു ഇരമ്പൽ കേൾക്കുന്നു. ഹൊ! ഞാൻ ആശ്വസിച്ച് നോക്കി. ബസ് തന്നെയാവണം. അപ്പോഴേക്കും ഒരു നാഷണൽ പെർമിറ്റ് ലോറി എന്നെ കടന്നു പോയി.

കാത്തു നിന്ന് വേരിറങ്ങി.

നിശ്ചലതയുടെ രസമറിയാൻ ഒരിക്കലെങ്കിലും മരമായി ജീവിക്കേണ്ടതുണ്ടെന്ന് ചിന്തിച്ചു തുടങ്ങിയപ്പോഴേക്കും മിന്നുന്ന വെളിച്ചത്തിന്റെയും നിലവിളി ശബ്ദത്തിന്റെയും അകമ്പടിയോടെ ഒരു ആംബുലൻസ് പാഞ്ഞുവന്ന് എന്റെ മുന്നിൽ സഡൻ ബ്രേക്കിട്ടു. അതിനുള്ളിൽനിന്നും ഒരാൾ തല പുറത്തേക്കിട്ടു ചോദിച്ചു:

“തിരുവനന്തപുരം എങ്ങോട്ടാണ്?”

“നൂരേ പെയ്യാ മതി.” ഞാൻ പറഞ്ഞു. അതിനുശേഷമാണ് എന്റെ പ്രായോഗികബുദ്ധി ഉണർന്നത്.

“ഞാൻ കൂട വരാം. നിങ്ങക്ക് വഴീം കാണിച്ച് തരാം.” സംശയത്തോടെ നോക്കിയ അയാൾക്ക് മുന്നിൽ എന്റെ കൃശശരീരം വ്യക്തമായി പ്രദർശിപ്പിച്ച് കുഴപ്പക്കാരനല്ലെന്ന് ബോദ്ധ്യപ്പെടുത്തി. അയാൾ വാതിൽ തുറന്നുതന്നു. ഞാൻ കയറിയ ഉടൻ വണ്ടി വിട്ടു. തടിയനും ഡ്രൈവർക്കുമിടയിലാണ് എനിക്ക് സീറ്റ് തന്നത്.

“തിരുവനന്തപുരം എത്ര സമയമെടുക്കും?“ അയാൾ ചോദിച്ചു.

“ഇവിടന്ന് മൂന്നാല് മണിക്കൂറെങ്കിലും വേണം.”

കനത്ത ശബ്ദമാണ് ഡ്രൈവർക്ക്. ഏഴടി പൊക്കവും നൂറ്റമ്പതു കിലോ തൂക്കവും ഉണ്ടാവും. അത്രതന്നെ വരും ഇടതു വശത്തിരിക്കുന്ന സഹായിക്കും. അപ്പോഴാണ് ഞാൻ അവരുടെ മുഖം ശ്രദ്ധിച്ചത്. അച്ചിൽ വാർത്തതു പോലെ സമാനരായ രണ്ട് മനുഷ്യർ.

“നിങ്ങൾ ഇരട്ടകളാണോ?” കുശലപ്രശ്നങ്ങൾ ചോദിക്കാനുള്ള സ്ഥലമല്ല ആംബുലൻസ് എന്ന് ഓർക്കാതെ ഞാൻ ചോദിച്ചുപോയി. രൂക്ഷമായ രണ്ട് നോട്ടങ്ങളായിരുന്നു ഉത്തരം. തടിയന്മാർ കൃത്യമായ നിശ്ശബ്ദത തുടർന്നു.

അങ്ങനെയാണെങ്കിൽ ആംബുലൻസിൽ കയറിയ ഒരാൾക്ക് തോന്നേണ്ട ന്യായമായ സംശയം ഉണ്ടാവണമല്ലോ. ഞാൻ പിന്നിലേക്ക് നോക്കി. അവിടം കറുത്ത കർട്ടനിട്ടു മറച്ചിരുന്നു. കർട്ടനപ്പുറം മനുഷ്യനിഴൽ അനങ്ങുന്നത് ഞാൻ കണ്ടു. ചെറിയ ഞരക്കം കേട്ടു.

ആംബുലൻസിന് അപ്പോൾ അഞ്ഞൂറോ ആയിരമോ മൈൽ വേഗതയുണ്ടായിരുന്നിരിക്കണം. തടിയന്റെ കക്ഷത്തിനിടയിലെ ത്രികോണത്തിലൂടെ ഞാൻ പുറത്തേക്ക് നോക്കി. സ്ഥലങ്ങൾ ഇതാ വേഗത്തിൽ സഞ്ചരിച്ചുകൊണ്ടിരിക്കുന്നു. പരിചിതവും അപരിചിതവുമായ

സ്ഥലങ്ങൾ വേഗസഞ്ചാരം നടത്തുന്നതിനിടെ അതിക്രമിച്ചു വന്ന അതിഥിയെപ്പോലെ ഭയം എന്റെ മടിയിൽ കയറി ഇരിപ്പുറപ്പിച്ചു.

ഒരു വളവ് തിരിഞ്ഞതും മുന്നിൽ വെള്ളവസ്ത്രം ധരിച്ച ഒരു സ്ത്രീ നില്ക്കുന്നത് കണ്ടു. ആംബുലൻസിന്റെ വെട്ടത്തിൽ അവർ കൈ കാണിച്ചു. ഡ്രൈവർ സഡൻ ബ്രേക്കിട്ടു. സഹായിയായ തടിയൻ വാതിൽ തുറന്നുകൊടുത്തു. സ്ത്രീ അകത്തേക്കു കയറി. കണ്ണടവച്ച മദ്ധ്യവയസ്ക. കുത്സിതമായ ചരിഞ്ഞു നോട്ടം. കഴുത്തിൽ കുരുക്കിയിട്ട സ്റ്റെതസ്കോപ്പ്. എവിടെയൊക്കെയോ കണ്ട പരിചയം തോന്നി.

ആംബുലൻസ് അതിവേഗം പായുകയാണ്. ഡോക്ടർ പിന്നിലേക്ക് പോയി. എന്റെ കണ്ണുകൾ അവർക്ക് പിന്നാലെയും. പുറകിലെ ബെഡിൽ മലർന്നുകിടന്ന് ഞെരിപിരി കൊള്ളുന്ന ഗർഭിണിയെ അപ്പോൾ മാത്രമാണ് ഞാൻ കണ്ടത്.

ഡോക്ടർ ബാഗ് തുറന്ന് കത്തിയെടുത്തു. വിചിത്രമായ ആ കത്തിക്ക് ത്രിശൂലം പോലെ മൂന്ന് മുനകൾ ഉണ്ടായിരുന്നു. അതുകണ്ട് ഭയന്നാവണം, ഗർഭിണി അലറിക്കരയാൻ തുടങ്ങി. ആംബുലൻസിന്റെ സൈറൺ വിളിക്കടിയിൽ അതു പുറത്തു കേട്ടില്ല. തടിയന്മാർ അർത്ഥഗർഭമായി ചിരിച്ചു. എന്നെ ഒന്നു നോക്കിയ ശേഷം കർട്ടൻ പിടിച്ചിട്ടു.

ഓപ്പറേഷൻ ടേബിളിൽ നടക്കുന്ന സംഭവങ്ങൾ ശബ്ദങ്ങളിലൂടെയാണ് ഞാനിപ്പോൾ അറിയുന്നത്. അസ്സഹനീയമായ നിലവിളികൾ ക്രമേണ ദുർബ്ബലമായ ഞരക്കങ്ങളായി മാറുന്നുണ്ട്. സ്ത്രീയായി ജനിക്കാത്തതിൽ എനിക്കപ്പോൾ അപാരമായ സന്തോഷം തോന്നി.

“അയ്യോ..എന്റെ വയറ് എന്റെ വയറ്” നിലവിളിയിപ്പോൾ ആംബുലൻസിന്റെ ഒച്ചയ്ക്കും മുകളിലായി. അതിനൊപ്പം ഡോക്ടറുടെ ചിരികേട്ടു. ഉന്മാദം ചിരിയുടെ രൂപം ധരിച്ച് എന്റെ കാതുകളെ വിറപ്പിച്ചു. രണ്ട് തടിയന്മാർക്കിടയിലിരുന്ന് തണുത്തുറഞ്ഞ എന്റെ നാസികയിലേക്ക് പച്ചച്ചോരയുടെ മണം പടർന്നു.

“അയ്യോ എന്റെ കുഞ്ഞ്” ഗർഭിണി അവസാനമായി ആർത്തുവിളിച്ചു. മനുഷ്യന്റെ നിലവിളികൾക്ക് പല സമയത്തും പല ഭാവമാണ്. ഉറ്റവരുടെ മരണം മുന്നിൽ കാണുമ്പോൾ മനുഷ്യൻ പുറപ്പെടുവിക്കുന്ന ദീനമായ അലർച്ചയോളം തീവ്രത ഒരു ശബ്ദത്തിനുമുണ്ടാവില്ല.

തടിയന്മാർ പരസ്പരം നോക്കി. താമസിയാതെ മറ്റൊരു വളവിൽ വണ്ടിനിന്നു. ഡോക്ടർ കർട്ടൻ നീക്കി പുറത്തുവന്നു.

എതിരെ വന്ന വണ്ടിയുടെ വെട്ടത്തിൽ ഞാൻ ഡോക്ടറുടെ മുഖം വ്യക്തമായി കണ്ടു.

മുഖത്താകെ തെറിച്ചുവീണ ചോരത്തുള്ളികൾ. വെള്ള ഗൗണിൽ അവിടവിടെ പറ്റിയിരിക്കുന്ന കട്ടച്ചോരയുടെ പാടുകൾ. ചുണ്ടിന്റെ ഇരുവശത്തുനിന്നും ഒലിച്ചിറങ്ങിയ ചുവപ്പു ചാലുകൾ. തടിയന്മാരെ നോക്കി അവർ ചിരിച്ചു.

ചോര കുടിച്ചശേഷം കുലുങ്ങിച്ചിരിക്കുന്ന രക്ഷസ്സിന്റെ ഭാവമാ

യിരുന്നു ഡോക്ടർക്കപ്പോൾ. എനിക്ക് ഒന്നു നിലവിളിക്കുകയെങ്കിലും ചെയ്യ ണമായിരുന്നു. ഭയന്നവന് ആദ്യം നഷ്ടപ്പെടുന്നത് ഒച്ചയാണെന്ന് ഞാൻ തിരിച്ചറിഞ്ഞു.

"കരു ഞാൻ തുണിയിൽ പൊതിഞ്ഞു വച്ചിട്ടുണ്ട്. രണ്ടിനേം മുതലപ്പൊഴിയിൽ തള്ളിക്കോ. വഴിയറിയാല്ലോ, ബീമാപള്ളി ജങ്ഷനിൽ നിന്നും വളഞ്ഞ് വള്ളക്കടവിലൂടെ ഒരു മിനിട്ട് സഞ്ചരിച്ചാൽ മതി വലിയതുറപ്പാലമെത്തും."

മറ്റൊരു വളവിൽ ആംബുലൻസ് നിർത്തി ഡോക്ടർ ഇറങ്ങി, ഇരുളിൽ അവരുടെ വെള്ള ഗൗൺ കാണാം. അത് പുകപോലെ ഉയർന്ന് അന്തരീക്ഷത്തിൽ അപ്രത്യക്ഷമായി.

"അതാരാണ്?" ഞാൻ ചോദിച്ചു.

"മായ... അറിയില്ലേ? എല്ലാം മായയാണ്. ഹ...... ഹ....... ഹ...... എവിടെയും എപ്പോൾ വേണമെങ്കിലും മായ സംഭവിക്കാം." തടിയന്മാർ ഒരുമിച്ചു പറഞ്ഞു.

പിന്നെയൊരിരമ്പമായിരുന്നു. മരണവാഹനത്തിനിപ്പോൾ പ്രകാശ വേഗമാണ്. ചുറ്റും സ്ഥലങ്ങൾ സഞ്ചരിക്കുകയാണ്. സാന, ഡൽഹി, നരോദപാട്യ, ഡാക്ക, ഗാസ. സ്ഥലങ്ങളും സമയവും കൂടിക്കുഴഞ്ഞ അവ്യക്തതയിൽ എന്റെ തലച്ചോറ് ഭ്രമണം ചെയ്തു. പ്രകാശവേഗത്തിൽ സഞ്ചരിക്കുമ്പോൾ സമയം ഇല്ലാതാവുന്നുവെന്ന് എവിടെയോ ഞാൻ വായിച്ചിട്ടുണ്ട്.

വണ്ടി വള്ളക്കടവു കടന്ന് കടലിലേക്ക് തുറക്കുന്ന വലിയതുറപ്പാല ത്തിലെത്തി നിന്നു.

"എഡോ.. താനല്ലേ പറഞ്ഞത്, നരോദപാട്യയിൽനിന്നും തിരുവന ന്തപുരത്തെത്താൻ നാല് മണിക്കൂർ വേണമെന്ന്." ഇതും പറഞ്ഞ് അയാ ളെന്നെ കഴുത്തിൽ കുത്തിയെടുത്ത് പുറത്തേക്ക് തള്ളിയിട്ടു. മുട്ടുകാലിൽ കുമ്പിട്ടിരുന്ന് ഞാൻ ദയനീയമായി നോക്കി.

"സാർ, സ്ഥലങ്ങൾക്ക് ഇത്ര വേഗം സഞ്ചരിക്കാനാവുമെന്ന് എനിക്കറിയില്ലായിരുന്നു." ഞാൻ പറഞ്ഞു.

ജനയുഗം വാരാന്തപ്പതിപ്പ് 2016

രണ്ട് മാന്യന്മാർ

പരിചയപ്പെടലിന്റെ ഒന്നാം ഘട്ടത്തിൽ അവർ പേര്, സ്ഥലം, ജോലി, മതം, ജാതി, സാമ്പത്തികാവസ്ഥ എന്നിവ പരസ്പരം മനസ്സിലാക്കി. മൗനം അവർക്കിടയിൽ കയറി ഗമയിൽ ഇരുന്നപ്പോഴാണ് ടിക്കറ്റ് പരിശോധകൻ വന്നത്. സ്വാഭാവികമായും അവർ ഇന്ത്യൻ റെയിൽവേയെ കുറിച്ച് സംസാരിക്കാൻ തുടങ്ങി. സംഭാഷണത്തിന്റെ മൂന്നാം ഘട്ട ത്തിലെത്തിയപ്പോൾ മഴ, ചൂട്, പ്രകൃതിദുരന്തങ്ങൾ എന്നിവ വിഷയങ്ങ ളായി.

നാലാം ഘട്ടത്തിൽ പണ്ടത്തെ ഓണം, പണ്ടത്തെ സ്കൂൾ, മലയാളം പഠിപ്പിച്ച പിഷാരടി മാഷ് തുടങ്ങി നൊസ്റ്റാൾജിക് ആയ വിഷയങ്ങ ളിലേക്ക് കടന്നു.

“മൂക്കിൽ പുള്ളിയുള്ള പിഷാരടി മാഷ് ആണോ,” എന്ന് ഒന്നാമൻ രണ്ടാമനോട് ചോദിക്കുകയും അതെ എന്നുറപ്പിക്കുകയും മാഷ് കിഴു ക്കിയ വേദന ഓർത്ത് സ്വന്തം ചന്തി തടവുകയും ചെയ്തു. അതോടെ അവർ തമ്മിൽ അപ്രതീക്ഷിതമായി ഒരു ഗാഢസൗഹൃദം ഉടലെടുത്തു.

അഞ്ചാം ഘട്ടത്തിൽ അവർ രാഷ്ട്രീയം പറഞ്ഞു. ഇലയ്ക്കും മുള്ളിനും കേടില്ലാത്ത പരസ്പര അംഗീകാരത്തിലും ബഹുമാനത്തിലും അധിഷ്ഠിതമായ സംഭാഷണമായിരുന്നു അത്. അപ്പോഴേക്കും ട്രെയിൻ ഇരുന്നൂറ് കിലോമീറ്ററും നാലു മണിക്കൂറുകളും പിന്നിട്ടിരുന്നു. അവർ സഞ്ചരിക്കുന്ന രണ്ടാം ക്ലാസ് എ സി കോച്ച് ഇപ്പോൾ മുക്കാൽ പങ്കും നിറഞ്ഞിരിക്കുന്നു. ചെറുപ്പക്കാരനായ പുതിയ ടി ടി ആർ വന്നു. അയാൾ അഞ്ചാം നമ്പർ സൈഡ് ബർത്തിലിരുന്ന് ചെവിയിൽ ഇയർഫോൺ തിരുകി സംസാരിക്കുകയും ഇടയ്ക്കിടെ പൊട്ടിച്ചിരിക്കുകയും ചെയ്യുന്നത് അവർ ശ്രദ്ധിച്ചു.

വീണ്ടും മൗനം കയറിവന്ന ഇടവേളയിൽ ആ പുതിയ രണ്ട് സുഹൃത്തുക്കൾ മനസ്സിൽ ഇങ്ങനെ പറഞ്ഞു:

"മുസ്ലീമാണെങ്കിലും ഇയാൾ മാന്യൻതന്നെ."

"ഹിന്ദുവാണെങ്കിലും ഇയാൾ കൊള്ളാം."

ഒന്നാമന്റെ പേര് നരേന്ദ്രകുമാർ എന്നും രണ്ടാമന്റേത് അൻസാരി എന്നും ആയിരുന്നു.

യാത്രാമദ്ധ്യേ നരേന്ദ്രകുമാറിന് വിസർജ്ജിക്കാൻ മുട്ടി. ഇടുങ്ങിയ വെസ്റ്റേൺ ടോയ്ലെറ്റിൽ കുത്തിയിരിക്കേ, തൊട്ടടുത്തുള്ള സ്റ്റീൽ ചുവരിന്റെ മിനുസത അയാളിൽ ധാരാളം ക്രിയാത്മക വികാരങ്ങളുണ്ടാക്കി. ഒരു ചിത്രം വരയ്ക്കണമെന്ന അപാരമായ ചോദന ഉണ്ടായി അയാൾക്ക്. താൻ മാത്രമുള്ളതു കാരണം വിശാലമായി തോന്നിയ ആ നാലു ചുവരുകൾക്കുള്ളിൽ തികച്ചും സ്വാതന്ത്ര്യത്തോടെ അയാൾ പേന പുറത്തെടുത്തു.

വരച്ചു തീർന്നപ്പോൾ അതൊരു സുന്ദരിയുടെ ചിത്രമായി മാറി. കുനിഞ്ഞു നില്ക്കുന്ന ആ സ്ത്രീയെ വസ്ത്രം ധരിപ്പിക്കാൻ സമയക്കുറവുമൂലം അയാൾക്ക് കഴിഞ്ഞില്ല. പുറത്തിറങ്ങി. തന്റെ സീറ്റിൽ വന്നിരുന്നു. താൻ വരച്ച ചിത്രത്തെക്കുറിച്ച് മറക്കുകയും ചെയ്തു.

ചാരിയിരുന്നുറങ്ങുന്ന അൻസാരി താൻ ടോയ്ലെറ്റിൽ പോയതും വിക്രിയ കാണിച്ചതും അറിഞ്ഞിരിക്കാനിടയില്ല. എന്നിരുന്നാലും മുൻകരുതൽ എന്ന നിലയിൽ പേന ഉൾപോക്കറ്റിൽ ഒളിപ്പിച്ചു വച്ചു അയാൾ.

അൻസാരി ഉണർന്നു. യാത്രക്കൂലിയായി കൊടുത്ത പണം മുതലാക്കണമെന്ന് ഉദ്ദേശ്യമുണ്ടായിട്ടൊന്നുമല്ല, അയാളും ടോയ്ലെറ്റിലേക്ക് പോയി. ഉച്ചയ്ക്ക് ഭക്ഷിച്ച ഡാൽ വിസർജ്ജിച്ചുകൊണ്ടിരിക്കേ, ചുവരിൽ കണ്ട പൂർണ്ണ നഗ്നമായ നാലുകാലി രൂപം അയാളുടെ ഉടലാന്തരങ്ങളിൽ വിറയലുണ്ടാക്കി. ചിത്രം പൂർണ്ണമാക്കാൻ അയാൾ തീരുമാനിച്ചു. സ്ത്രീയുടെ പിൻഭാഗത്ത് നഗ്നപുരുഷനെ വരച്ചു ചേർത്തു. സമസ്യ പൂരിപ്പിച്ചു. ആനതികം: പശ്ചാത് പ്രവേശം.

സംഭാഷണത്തിന്റെ ആറാം ഘട്ടത്തിലെത്തിയ അവർ വാൻഗോഗ് മുതൽ എം എഫ് ഹുസൈൻ വരെയുള്ള ചിത്രകാരന്മാരെക്കുറിച്ചാണ് സംസാരിച്ചത്.

മൗനം മഹാമൗനങ്ങളായും ദീർഘിപ്പിച്ച കോട്ടുവായകളായും വളർന്നു തുടങ്ങിയപ്പോഴാണ് കോച്ചിലേക്ക് അതിസുന്ദരിയായ കന്യാസ്ത്രീ കടന്നു വന്നത്. സ്വന്തമായി ഒരു ബർത്തില്ലാത്തതിന്റെ പരിഭ്രമം അവളുടെ സഭാവസ്ത്രത്തിനു പുറത്ത് കുരിശായി നിന്നാടുന്നത് രണ്ട് മാന്യന്മാർ ശ്രദ്ധിച്ചു.

കന്യാസ്ത്രീകൾക്ക് എന്തിനാണ് ഇത്രയും സൗന്ദര്യമെന്ന് മാന്യരായതുകൊണ്ട് ചർച്ച ചെയ്യാനാവില്ലല്ലോ എന്ന് ഇരുവരും വ്യസനിച്ചു. തങ്ങളുടെ നാലു കണ്ണുകൾ മാതമല്ല, കോച്ചിലാകെയുള്ള അറുപതെഴുപതു കണ്ണുകൾ സ്ത്രീയെ ഉഴിയുന്നുണ്ടെന്ന സത്യം അവർക്ക് പിടികിട്ടി.

‘‘പാവം.’’ സുന്ദരികളായ കന്യാസ്ത്രീകളെ കാണുമ്പോൾ മറ്റു മതസ്ഥരായ പുരുഷന്മാർക്ക് തോന്നുന്ന ശരീരാധിഷ്ഠിതമായ സഹതാപം പ്രകടിപ്പിക്കാതിരിക്കാൻ അവർക്ക് കഴിഞ്ഞില്ല.

കർട്ടനുകൾക്കിടയിലെ ഇടനാഴിയിൽ ആ നോട്ടങ്ങൾ നേർരേഖയിൽ സഞ്ചരിച്ച് കൂട്ട ഏറ്റുമുട്ടൽ നടത്തുന്ന വഴിയിലൂടെ നടന്ന് കന്യാസ്ത്രീ ടി ടി ഇയുടെ അടുക്കലെത്തി. അയാൾ ഇയർഫോൺ മാറ്റി വച്ച് അവരെ നോക്കി.

കന്യാസ്ത്രീ സ്വാഭാവികമായും ടി ടി ഇക്ക് അഭിമുഖമായി ഇരിക്കുകയും അതുകണ്ട് മാന്യന്മാർ ഞെട്ടുകയും ചെയ്തു. ഇരുവരും സ്ത്രീയുടെ വിടർന്നടയുന്ന ചുണ്ടിന്റെ ചലനങ്ങൾ നോക്കി നെടുവീർപ്പിട്ടു. ചെറുപ്പക്കാരൻ പൊട്ടിച്ചിരിക്കുന്നു. സീറ്റിനടിയിൽ അവരുടെ കാലുകൾ പരസ്പരം സ്പർശിക്കുന്നുണ്ടോ? ആറാം ഘട്ടത്തിൽ ധർമ്മം, നീതി, സദാചാരം എന്നിവയെക്കുറിച്ച് സംസാരിക്കുന്നതിനിടെ അവരുടെ മദ്ധ്യവയസ്സെത്തിയ രക്തം ചൂട് പിടിച്ചു.

“ഞാനിപ്പം വരാം. ഉച്ചത്തെ ഡാൽ ശരിയായില്ലെന്നു തോന്നുന്നു.” നരേന്ദ്രകുമാർ എഴുന്നേറ്റു.

ടോയ്‌ലെറ്റിനുള്ളിലെ ചിത്രം പൂർണ്ണത പ്രാപിച്ചിരിക്കുന്നത് കണ്ടപ്പോൾ അയാളിലെ ഭാവന ഉണർന്നു. ചിത്രങ്ങൾ ചലിക്കാൻ തുടങ്ങി. വാട്സാപ്പിന്റെ രഹസ്യപ്പൂട്ട് തുറന്ന് ഈയിടെ കിട്ടിയ ആറു ചിത്രങ്ങളിൽ ഒന്നിന്റെ പിൻഭാഗത്ത് സ്വയം സ്ഥാപിച്ച അയാൾ തീവണ്ടിയുടെ കുടുസ്സ് കക്കൂസിനുള്ളിൽനിന്ന് വേഗഭോഗം ചെയ്തു. നിർമുക്തനായി പുറത്തിറങ്ങി.

അത്ഭുതം തന്നെയാവണം അൻസാരിയും ആ സമയത്ത് എതിർവശത്തെ ടോയ്‌ലെറ്റിൽനിന്നും വെളിയിൽ വന്നു.

“ഡാൽ.” അവർ പരസ്പരം ബോദ്ധ്യപ്പെടുത്തി.

ഏഴാംഘട്ടത്തിൽ വിവര സാങ്കേതികവിദ്യ, എസ്പെഷ്യലി മൊബൈൽ ഫോ മനുഷ്യഭാവനയെ അപ്പാടെ മാറ്റിമറിച്ചുവെന്നും റിയൽവേൾഡ് ഏത് വിർചൽവേൾഡ് ഏത് എന്നു തിരിച്ചറിയാൻ തന്നെ പ്രയാസമാണെന്നുമുള്ള വിധത്തിൽ സംഭാഷണം മുന്നേറിയപ്പോഴാണ് അതിസുന്ദരിയായ കന്യാസ്ത്രീയും ചെറുപ്പക്കാരനായ ടി ടി ആറും സീറ്റിലില്ലെന്ന ഭീകരമായ യാഥാർത്ഥ്യം അവർ തിരിച്ചറിഞ്ഞത്.

അന്വേഷണകുതുകികളായ ആ മാന്യന്മാർ കോറിഡോറിലേക്ക് നടക്കുകയും സുപ്രീം കോടതി ഈയിടെ റദ്ദ്ചെയ്ത ഐ റ്റി ആക്ടിലെ 61(A) എന്ന നിയമത്തെക്കുറിച്ചു കൂലങ്കഷമായി ചർച്ച ചെയ്യുകയും ചെയ്തു.

ഒരു ടോയ്‌ലെറ്റിന്റെ വാതിൽ അകത്തുനിന്നും കുറ്റിയിട്ടിട്ടുള്ള കാര്യം ഇരുവർക്കും പിടികിട്ടിക്കഴിഞ്ഞു. ടി ടി ഇയുടെ ഷൂസ് പതിഞ്ഞ പാടുകൾ ഇരുമ്പ് നിലത്തു വീണു കിടക്കുന്നുണ്ടോ?

ഉണ്ട്.

അകത്ത് കൂജനങ്ങൾ കേൾക്കുന്നുണ്ടോ?

ഉണ്ട്.

മാന്യരായതുകൊണ്ട് അത്തരം വൾഗറായ വിഷയങ്ങൾ സംസാരിക്കാനാവുന്നില്ലല്ലോ എന്ന് അവർ വ്യാകുലരായി. ഭൂമിയിൽ ഏറ്റവും പ്രയാസം അനുഭവിക്കുന്ന വർഗ്ഗം മാന്യന്മാരുടേതു തന്നെയാവണം. എന്നിരിക്കിലും ഗ്യാസിനോ പെട്രോളിനോ എന്തെങ്കിലും സബ്സിഡി ഗവൺമെന്റ് തങ്ങൾക്ക് നല്കുന്നില്ല എന്ന ദയനീയമായ വസ്തുതയും അവർ അത്തരുണത്തിൽ ഓർത്തു.

കന്യാസ്ത്രീയുടെ വിടർന്നടയുന്ന ചുണ്ടുകൾ അവരുടെ ഭാവനയിൽ ചലിച്ചു.

വികാര പാരവശ്യത്തിൽ അകത്തെ സ്ത്രീശബ്ദം ഞരങ്ങുന്നുണ്ടോ?

ഉണ്ട്.

ഇരുവരും നെഞ്ചിടിപ്പോടെ കാത്തു നിന്നു.

വാതിൽ ചവിട്ടിത്തുറക്കാതിരിക്കുന്നതെങ്ങനെ എന്ന തോന്നൽ നിരന്തര സാധനകൊണ്ട് നേടിയ കഠിന ക്ഷമയാൽ പിടിച്ചു നിർത്തിയ അവർ, സംഭാഷണത്തിന്റെ എട്ടാം ഘട്ടത്തിൽ ചുംബനസമരത്തിന് മാറുമറയ്ക്കൽ സമരത്തിന്റെ അത്രതന്നെ പ്രാധാന്യമുണ്ടെന്ന് സ്ഥാപിച്ചു. രണ്ടും മനുഷ്യസ്വാതന്ത്ര്യം എന്ന വിഷയമാണത്രെ അഡ്രസ്സ് ചെയ്യുന്നത്.

ജലം ചിതറിവീഴുന്ന ശബ്ദം.

പെട്ടെന്ന് വാതിൽ തുറന്ന്, ഒരു സ്ത്രീയും കുട്ടിയും പുറത്തുവന്നു.

"ഛെ!"

ബർത്തിലേക്ക് മടങ്ങുമ്പോൾ ആറാം നമ്പർ സൈഡ് അപ്പർ ബർത്തിൽ പുതച്ചുറങ്ങുന്ന കന്യാസ്ത്രീയെ അവർ കണ്ടു.

മാന്യരല്ലായിരുന്നുവെങ്കിൽ പച്ചത്തവളയുടെ അടിവയറു പോലെ മൃദുവായ അവളുടെ കവിളിൽ ഒന്നു തൊടാമായിരുന്നു.

തൊട്ടുതാഴത്തെ സീറ്റിൽ ഇപ്പോൾ വയസ്സനായ ഒരു ടി ടിയാണ് ഇരിക്കുന്നത്.

"ഛെ!"

"പെമ്പിള ഒരുമൈ"യെയും മുല്ലപ്പൂ വിപ്ലവത്തെയുംകുറിച്ചുള്ള സംഭാഷണത്തിന്റെ ഒമ്പതാംഘട്ടം മുറിഞ്ഞത് അയോദ്ധ്യാനഗർ സ്റ്റേഷനിൽ വണ്ടി നിന്നപ്പോഴാണ്. അല്പനേരം മാത്രം അനുവദിച്ചു കൊടുത്ത മൗനത്തിനുശേഷം നരേന്ദ്രകുമാർ പറഞ്ഞു: "ഇപ്പം വരാം."

ടോയ്ലെറ്റിനുള്ളിലെ തന്റെ സാമ്രാജ്യത്തിൽ നിന്ന് ആ ഏകചക്രാധിപധി രോഷാകുലനായി വിറച്ചു. മുഷ്ടി ചുരുട്ടി വായുവിൽ ഇടിച്ചു. വായു രണ്ടായി പിളർന്നു. പിന്നെ, കണ്ടുപിടിച്ചിട്ടുള്ളതിൽ വച്ച് ഏറ്റവും വിഷലിപ്തമായ പേന എന്ന ആയുധം പുറത്തെടുത്തു. കട്ടിയക്ഷരത്തിൽ ചുവരിൽ എഴുതി:

"ഹജ്ജ് സബ്സിഡി നിർത്തലാക്കുക."

സമാധാനത്തോടെ അയാൾ പുറത്തിറങ്ങി.

സംഭാഷണത്തിന്റെ പത്താം ഘട്ടത്തിൽ തങ്ങൾക്ക് ഒരേയിഷ്ട മാണെന്നുള്ള സത്യം അവർ മനസ്സിലാക്കി. ഒരാൾക്ക് ആട്ടിൻ കുട്ടികളെ, മറ്റെയാൾക്ക് ആട്ടിൻ സൂപ്പ്. സംഭാഷണം വലിഞ്ഞു നീണ്ട് *ആടുജീവിതം* എന്ന നോവലിൽ വരെയെത്തി.

"ഗംഭീര നോവലാണ്."

"അതെയതെ. ഗംഭീരം തന്നെ."

"ഞാൻ വായിച്ചിട്ടില്ല."

"ഞാൻ വാങ്ങി വച്ചതേയുള്ളു."

ഇരിപ്പുറയ്ക്കാതെ അൻസാരി എഴുന്നേറ്റു.

"ഇപ്പം വരാം."

ടോയ്‌ലെറ്റിനുള്ളിൽ നിന്ന് അയാൾ പൊട്ടിത്തെറിച്ചു. അധികം ക്രോധത്തോടെ തന്റെ പേന പുറത്തെടുത്തു.

"ആറ്റുകാൽ പൊങ്കാല നിരോധിക്കുക." ആശ്വാസത്തോടെ അയാൾ പുറത്തിറങ്ങി.

പരിചയപ്പെടലിന്റെ പതിനൊന്നാം ഘട്ടത്തിൽ അവർ എല്ലാ മത ങ്ങളുടെയും സാരാംശം ഒന്നാണെന്ന് കണ്ടെത്തുകയും ഇടയ്ക്കിടെ ടോയ്‌ലെറ്റിൽ പോകുകയും ചെയ്തു.

അപ്പോഴേക്കും അറുന്നൂറ് കിലോമീറ്ററുകളും പത്തുമണിക്കൂറുകളും പിന്നിട്ട തീവണ്ടിയുടെ ടോയ്‌ലെറ്റ് മാന്യന്മാരുടെ സർഗ്ഗപ്രക്രിയക്ക് വിധേയമായി വികൃത വാചകങ്ങൾ കൊണ്ട് നിറഞ്ഞു.

"പോ, പാകിസ്ഥാനിലേക്ക്"

"നിന്റെ തന്തയുടെ വകയാണോ ഇന്ത്യ?" എന്ന് അവസാനിച്ച സംഭാഷണത്തിനൊടുവിൽ ബൗദ്ധികമായി തളർന്ന ആ മാന്യന്മാർ ഉറങ്ങാൻ കിടന്നു. തിരിഞ്ഞും മറിഞ്ഞും കിടന്നിട്ടും രണ്ടാൾക്കും ഉറക്കം വന്നില്ല.

"എന്താ സുഹൃത്തേ, ഉറങ്ങാത്തത്?"

"ഞാനും അതങ്ങോട്ട് ചോദിക്കാൻ തുടങ്ങുകയായിരുന്നു."

ഗ്ലാസിന്റെ കൂളിങ്ങിലൂടെ ഗോദ്ര സ്റ്റേഷൻ വേഗത്തിൽ കടന്നുപോയി.

"ഞാനിപ്പം വരാമേ." നരേന്ദ്രകുമാർ എഴുന്നേറ്റു.

"ഗോദ്ര ഞങ്ങള് മറക്കൂല." ഒരുപാടെഴുതണമെന്നുണ്ടായിരുന്നു. എന്നാൽ സ്ഥലം തീരെ കുറവായിരുന്നു.

നരേന്ദ്രൻ മയങ്ങിയെന്നുറപ്പായപ്പോൾ അൻസാരി ടോയ്‌ലെറ്റിൽ കയറി.

"ഗുജറാത്ത് ഞങ്ങളും." അയാൾ പേന ഭദ്രമായി ഒളിപ്പിച്ചുവച്ചു.

ഇടയ്ക്കുണർന്നപ്പോൾ നരേന്ദ്രൻ പറഞ്ഞു:

"ചങ്ങാതീ, താങ്കളെപ്പോലെ ഒരു മാന്യനെ പരിചയപ്പെടാൻ സാധിച്ചത് എന്റെ ഭാഗ്യംതന്നെ."

"ഞാൻ അത് അങ്ങോട്ട് പറയാൻ തുടങ്ങുകയായിരുന്നു സുഹൃത്തേ."

ചന്ദ്രിക ആഴ്ചപ്പതിപ്പ് 2015

സ്റ്റേറ്റ്സ് മാൻ

മുറ്റത്ത് കാർ വന്നു നില്ക്കുന്ന ശബ്ദം.

ഞാൻ പാളി നോക്കി.

ഗണേഷ് അപ്പോൾ കൈ കഴുകിവന്ന് കസേരയിൽ ഇരുന്നിട്ടേയുണ്ടായിരുന്നുള്ളു. മകനാവട്ടെ ചോറിനു മുന്നിലിരുന്ന് മൊബൈൽ ഗെയിം കളിക്കുന്നു. ഞങ്ങൾ നോക്കിയിരിക്കെ പാതി തുറന്നുകിടന്ന വാതിലിലൂടെ അയാൾ ഹാളിലേക്ക് ഇടിച്ചുകയറി വന്നു.

അയാൾക്ക് മിന്നലിന്റെ വേഗമുണ്ടായിരുന്നു. ഞങ്ങൾക്ക് പത്തു ചുവട് വേണ്ടിയിരുന്ന മുൻവാതിൽ മുതൽ ഡൈനിങ്ടേബിൾ വരെയുള്ള ദൂരം അയാൾ വെറും രണ്ടോ മൂന്നോ ചുവടിൽ തീർത്തു. അതുകാരണം അലസമായി ഉടുത്തിരുന്ന സാരി ഒന്നു നേരേ പിടിച്ചിടാൻ പോലും എനിക്ക് സമയം കിട്ടിയില്ല. അയാൾ ഞങ്ങളോട് ഒന്നും സംസാരിച്ചില്ല എന്നതിലുപരി ഞങ്ങൾ അയാളോട് ഒന്നും ചോദിച്ചില്ല എന്നകാര്യം എന്നെ പിന്നീട് പലപ്പോഴും അത്ഭുതപ്പെടുത്തുകയുണ്ടായി. ഞങ്ങളുടെ ആകാംക്ഷയ്ക്ക് ഒരു വിലയും നല്കാതെ മനോഹരമായി ചിരിച്ചുകൊണ്ട് അയാൾ ഗ്ലാസിന് കൈ നീട്ടുകയും തികച്ചും യാന്ത്രികമായി ഞാൻ അയാൾക്ക് വെള്ളം കൊടുക്കുകയും ചെയ്തു.

"അപ്പോൾ, മിസ്റ്റർ ഗണേഷ്, ഞാനിപ്പം വരാം കേട്ടോ." എന്ന് ഹസ്ബന്റിനെ നോക്കി പറഞ്ഞശേഷം സ്ഥിരപരിചിതനെപ്പോലെ അയാൾ സ്റ്റഡിറൂമിലേക്ക് പോയി. ഗണേഷിന്റെ രണ്ട് കണ്ണുകളും അതിന്റെ കുഴികളിൽനിന്നും ഇളകിത്തെറിച്ച് ചോറിൽ വീണു. മീൻകണ്ണെന്നു തെറ്റിദ്ധരിച്ച് കുട്ടികൾ അതെടുത്ത് തിന്നുമോ എന്നുപോലും ഞാനപ്പോൾ ഭയന്നു.

അഞ്ചുമിനിട്ടിനുള്ളിൽ അയാൾ തിരികെവന്നു.

"എന്തു മണ്ടത്തരമാണ് മിസ്റ്റർ ഗണേഷ്, കാണിച്ചു വച്ചിരിക്കുന്നത്?

രണ്ട് കുട്ടികൾ വളരുന്ന വീടാണിതെന്ന് താങ്കൾക്ക് ബോദ്ധ്യമില്ലെന്നുണ്ടോ?" ഞങ്ങൾ ഒന്നും പിടികിട്ടാതെ വാപൊളിച്ചു നിന്നു.

"പറയാതെ വയ്യ. സുഹൃത്തേ, താങ്കൾ മൊത്തത്തിൽ അലസനാണ്. ഇന്റർനെറ്റിൽ സെർച്ച് ചെയ്ത നൂറോളം അഡൽറ്റ് സൈറ്റുകളും ഇപ്പോൾ കുട്ടികൾ കാണുമായിരുന്നു. നല്ലസമയത്തിന് ഞാനവിടെ എത്തി. പേടിക്കണ്ട എല്ലാം ഡെലീറ്റ് ചെയ്തിട്ടുണ്ട്. ഇനി ആവർത്തിക്കരുത്. കേട്ടോ." അയാൾ ഗണേഷിന്റെ ചുമലിൽ തട്ടിക്കൊണ്ട് പറഞ്ഞു. എങ്ങനെ കമ്പ്യൂട്ടർ തുറന്നു എന്ന് ഞങ്ങൾ അതിശയത്തോടെ ചിന്തിക്കുന്നതിനിടെ അയാൾ പറഞ്ഞു.

"ആധാർ കാർഡിന്റെ നമ്പർ ആരെങ്കിലും പാസ്‌വേർഡാക്കുമോ?"

ഞാൻ ചൂളി. ഗണേഷ് അതിനേക്കാൾ ചൂളി. അയാൾ നിസ്സാരക്കാരനല്ലെന്ന് ബോദ്ധ്യമായി. എന്നാലും "അങ്ങാരാണ്?" എന്നു ചോദിക്കാൻ ഞാൻ വാ തുറന്നതാണ്. ഗണേഷും വാ തുറക്കുന്നത് കണ്ടു. അപ്പോഴേക്കും അയാൾ ഒന്നുംമിണ്ടാതെ അടുക്കളയിലേക്ക് കയറിപ്പോയി.

"നല്ല കടുമാങ്ങ." ഒരുനിമിഷത്തിനുള്ളിൽ അയാൾ തിരികെയിറങ്ങി. "കടുമാങ്ങ രുചിച്ചാൽ അറിയാം വീട്ടമ്മയുടെ കുടുംബപാരമ്പര്യം."

"അല്ല, നിങ്ങളാരാണ്?" ഗണേഷ് ചോദിക്കുക തന്നെ ചെയ്തു. ആ ചോദ്യം അവഗണിച്ചുകൊണ്ട് അയാൾ അപ്പോഴേക്കും കിടപ്പുമുറിയിൽ കയറിക്കഴിഞ്ഞിരുന്നു. രണ്ടുദിവസം ധരിച്ച് മുഷിഞ്ഞ ബ്രേസിയറും കഴുകാനുള്ള അടിവസ്ത്രങ്ങളും കട്ടിലിൽ അലക്ഷ്യമായി കിടക്കുന്നതിനെക്കുറിച്ച് ഓർത്തപ്പോൾ എനിക്ക് ലജ്ജ തോന്നി. എന്നാൽ അയാൾ കിടപ്പുമുറിയിലും ഏറെനേരം നിന്നില്ല. പുറത്തിറങ്ങിയ ഉടനെ ഗണേഷ് ചോദ്യം ആവർത്തിച്ചു. വളരെ രസകരമായ ഒരു മറുപടിയാണ് അയാളപ്പോൾ പറഞ്ഞത്.

"ഞാൻ ആര് എന്നത് തികച്ചും അപ്രസക്തമായ കാര്യമാണ്. എന്നാൽ ഞാൻ ചൂണ്ടിക്കാണിച്ച പ്രശ്നങ്ങൾ വളരെ ഗൗരവതരവുമാണ്. നിങ്ങൾ വ്യക്തികളെക്കുറിച്ചു വ്യാകുലരായി സമയം കളയാതെ, ആശയങ്ങളെക്കുറിച്ച് ചിന്തിക്കൂ."

ഓ, അതും ശരിയാണല്ലോ, എന്ന് അപ്പോഴാണ് ഞാൻ ഓർമ്മിച്ചത്. ഞാൻ ഗണേഷിന്റെ മുഖത്തേക്കു നോക്കി. ഗണേഷ് "അതെ" എന്ന് തലയാട്ടുകയും ചെയ്തു. വാഷ്ബേസിന് മുകളിലെ കണ്ണാടിനോക്കി മുടി ചീകുന്നതിനിടെ അയാൾ അന്വേഷിച്ചു: "അവർ" എന്ന ആളിന്റെ വീട് എവിടെയാണ്?"

"പതിനേഴാം നമ്പർ." ഗണേഷ് പടിഞ്ഞാറേക്ക് വിരൽചൂണ്ടി. യഥാർത്ഥത്തിൽ പതിനേഴാം നമ്പർ വീട്ടുകാരന്റെ പേര് 'അബൂബക്കർ' എന്നായിരുന്നു. ആളുകൾ അതിനെ ചുരുക്കി 'ഔവ്വക്കർ' എന്നും ക്രമേണ "അവർ" എന്നും മാറ്റിയതായിരുന്നു.

അയാൾ പുറത്തിറങ്ങി. ഭദ്രമായി ഗേറ്റിന്റെ കൊളുത്തിട്ടശേഷം ഞങ്ങളെ നോക്കി ചിരിച്ചു. വേഗത്തിൽ നടന്നുപോയി.

"എന്തൊരു സ്പീഡ്." മകൻ ജനലിലൂടെ എത്തിനോക്കിക്കൊണ്ട് പറഞ്ഞു.

നെഞ്ചിനുള്ളിൽ കുരുങ്ങിക്കിടന്ന കഫക്കട്ട തുപ്പിക്കളഞ്ഞപോലെ ഞങ്ങൾ റിലാക്സ്ഡ് ആയി.

"അയാളാരാണ്?" ഞാൻ ചോദിച്ചു.

"എനിക്കറിയില്ല."

"ങേ!"

"നീ വെള്ളം ഒഴിച്ചു കൊടുത്തപ്പോൾ ഞാൻ കരുതി നിന്റെ അടുത്ത ബന്ധുക്കളിലാരോ ആണെന്ന്. നിന്റെ ഒരു കസിനുണ്ടല്ലോ, ഗൾഫ്കാരൻ. അയാളുടെ മുഖച്ഛായ പോലെ."

"ഞാൻ കരുതിയത് മറിച്ചാണ്. "ഗണേശാ" എന്ന് സ്വാതന്ത്ര്യത്തോടെ വിളിക്കുന്നതു കേട്ടപ്പോൾ തോന്നി അത് നിങ്ങൾക്ക് വേണ്ടപ്പെട്ട ആരോ ആണെന്ന്."

ഭക്ഷണത്തിനു മുന്നിൽ അഭ്യാസം കാട്ടുന്ന കുട്ടികൾ ഇതാ പാത്രം ക്ലീൻ ക്ലീനാക്കി വച്ചിരിക്കുന്നു. അയാളുടെ എഫക്ടാണ്.

"അയാളിനിയും വരുമോ?" ഞാൻ ചോദിച്ചു.

"അയാളിനിയും വരുമോ?" ഗണേഷും ചോദിച്ചു.

"വന്നാൽ തനിക്കിവിടെ എന്താണെടോ കാര്യം എന്നു ചോദിക്കണം." ഞാൻ പറഞ്ഞു.

"വന്നാൽ തനിക്കിവിടെ എന്താണെടോ കാര്യം എന്നു ചോദിക്കണം." ഗണേഷും പറഞ്ഞു.

അയാൾ വീണ്ടും വരികതന്നെ ചെയ്തു. നാലാമത്തെ ദിവസം. ഞായറാഴ്ച വൈകുന്നേരം. ഞങ്ങളപ്പോൾ സിറ്റൗട്ടിൽ ഇരിക്കുകയായിരുന്നു. കാല് നീട്ടിവച്ച് ഞാൻ നിലത്ത്. അപ്പുറമിപ്പുറം കാലിട്ടുകൊണ്ട് ഗണേഷ് കൈവരിയിൽ.

ഗേറ്റ് തുറക്കുന്ന ശബ്ദം കേട്ടപ്പോഴേ തോന്നി അയാളായിരിക്കുമെന്ന്. അയാൾ ഏതുനിമിഷവും കയറി വന്നേക്കുമെന്ന് ഞങ്ങൾക്കുറപ്പുണ്ടായിരുന്നു. കുലീനമായിരുന്നു അയാളുടെ വേഷം. ഫുൾസ്ളീവ് ഷർട്ട് കറുത്ത പാന്റ്സിൽ ചുളിവില്ലാതെ ഇൻസർട്ട് ചെയ്തിട്ടുണ്ട്. അതിനുമുകളിൽ തുന്നൽപ്പണികളുള്ള മനോഹരമായ കോട്ട്. അവിടവിടെ നരച്ച മുടി വൃത്തിയിൽ ചീകിയൊതുക്കിയിട്ടുണ്ട്. നിരയൊത്ത് വെട്ടിയ മീശരോമം. ഇതിനെല്ലാം പുറമേ, മനോഹരമായ പുഞ്ചിരികൂടി കണ്ടപ്പോൾ; "തനിക്കെന്താടോ ഇവിടെ കാര്യം" എന്നു ചോദിക്കാൻ എനിക്ക് കഴിഞ്ഞില്ല.

"തനിക്കെന്താടോ ഇവിടെ കാര്യം" എന്ന് ഗണേഷും ചോദിച്ചില്ല.

"മിസ്റ്റർ ഗണേഷ്," അയാൾ സിറ്റൗട്ടിലെ കസേര വലിച്ചിട്ട് ഇരുന്നു.

"പറഞ്ഞു തരേണ്ടത് എന്റെ ഉത്തരവാദിത്വം ആയതുകൊണ്ട് പറയുകയാണ്. താങ്കൾ വളരെ ഇറെസ്പോൺസിബ്ൾ ആണ്. മാന്യനായ ഒരാൾ വീട്ടിൽ കയറിവന്നത് ഗൗനിച്ചില്ല എന്നത് ഞാൻ

കാര്യമാക്കുന്നില്ല. എന്നാൽ താങ്കളുടെ ഈ ഇരിപ്പ് ഒരു കുടുംബനാഥന് ഒട്ടും ചേർന്നതല്ല." അയാൾ കസേരയിൽ ഒന്ന് നിവർന്നിരുന്ന ശേഷം കാലിൻമേൽ കാലെടുത്തു വച്ച് സംസാരം തുടർന്നു.

"ഇനി എന്റെ പ്രിയ സഹോദരി കേൾക്കാനാണ് പറയുന്നത്."

"പ്രിയ സഹോദരി" എന്ന അഭിസംബോധന കേട്ടപ്പോൾ ഞാൻ പെട്ടെന്ന് തരളിതയായി. സഹോദരന്മാരില്ലാത്ത ഏതു സ്ത്രീയും അങ്ങനെയായിരിക്കണം. അതിനുശേഷം അദ്ദേഹം, ഒരു കുടുംബനാഥൻ എങ്ങനെയാണ് കസേരയിൽ ഇരിക്കേണ്ടത് എന്ന വിഷയത്തിൽ ചെറിയൊരു ക്ലാസെടുക്കുകയും ഗണേഷ് അത് അനുവർത്തിക്കുന്നുണ്ടെന്ന് ഞാൻ ഉറപ്പു വരുത്തണമെന്ന് നിർദ്ദേശിക്കുകയും ചെയ്തു.

ഞാൻ "ഉം..ഉം.." എന്നു മൂളി.

അയാൾ അടുക്കളയിലേക്ക് നടന്നു. ഞങ്ങളുടെ നെഞ്ച് പടപടാ ഇടിച്ചു. ഫ്രിഡ്ജ് തുറക്കുന്ന ശബ്ദം കേട്ടു. ഉടൻതന്നെ അതിനുള്ളിൽ സൂക്ഷിച്ചിരുന്ന ഒരുകുപ്പി വൈനുമായി തിരികെവന്നു.

"എന്താണ് ഗണേഷ് ഇത്?" ഒരു കാരണവരുടെ അധികാരവും നീരസവും ആ ശബ്ദത്തിൽ ഉണ്ടായിരുന്നു. ഞാനും ഗണേഷും കൂടി മെനക്കെട്ടിരുന്ന് വാറ്റിയെടുത്ത മുന്തിരിവൈൻ ഞങ്ങൾ മിഴുങ്ങസ്യ എന്നു നോക്കിയിരിക്കെ അയാൾ മുറ്റത്തെ ചെടിച്ചട്ടിയിലേക്ക് കമിഴ്ത്തി. വൈൻ മോന്തി യുഫോർബിയപ്പൂക്കൾ പൂസായി ചുവന്നുതുടുത്തു.

"പിന്നെ ഗണേഷ്, നിങ്ങളുടെ ആകാംക്ഷയെക്കുറിച്ച് ഞാനിപ്പോൾ ആലോചിച്ചതേയുള്ളു." എന്നും പറഞ്ഞ് അയാൾ ഒരു വിസിറ്റിങ്കാർഡെടുത്ത് നീട്ടി. ഞങ്ങൾ വായിക്കാൻ തുടങ്ങിയപ്പോഴേക്കും മകൻ അത് തട്ടിപ്പറിച്ചുകൊണ്ട് ഒറ്റയോട്ടം.

അയാൾ പുറത്തിറങ്ങി വീടിനെ ഒരു വലംവച്ചു. വേഗത്തിൽ തിരികെവന്നു.

"ആ കിഴക്കുവശത്തെ ടാപ്പ് ചോരുന്നുണ്ട്. ജലം അമൂല്യമാണ് കേട്ടോ."

"ഇന്നുതന്നെ അടയ്ക്കാം." ഞാൻ മനസ്സിൽ പറഞ്ഞു.

"ഇന്നുതന്നെ അടയ്ക്കാം." ഗണേഷും മനസ്സിൽ പറഞ്ഞു.

"അവർ" ന്റെ വീട്ടിൽ കൃത്യം അഞ്ചരയ്ക്ക് എത്തേണ്ടതുണ്ട്." അയാൾ പുറത്തിറങ്ങി.

ഗേറ്റടഞ്ഞു.

"എന്തൊരു ഗാംഭീര്യം!" ഞാൻ പറഞ്ഞു.

"എന്തൊരു ഗാംഭീര്യം!" ഗണേഷും പറഞ്ഞു.

അയാൾ പോയെന്ന് ഉറപ്പായ ഉടനെ ഞാനും ഗണേഷും അടുക്കളയിലേക്കോടി. സ്ലാബിനടിയിലെ ഗ്യാസ് സിലിണ്ടർ നീക്കി. ചുവട്ടിലെ കോൺക്രീറ്റ് സ്ലാബ് ഇളക്കിമാറ്റി. അതിനുള്ളിൽ ഭദ്രമായി മറച്ചുവച്ച പൂട്ട് തുറന്നു. അറയിൽ കൈയിട്ട് കൊച്ചുഭരണി പുറത്തെടുത്തു:

"ഭാഗ്യം അയാൾ കണ്ടില്ല." ഞാൻ പറഞ്ഞു.

"ഭാഗ്യം അയാൾ കണ്ടില്ല." ഗണേഷും പറഞ്ഞു.

എന്നിട്ട് ഭരണിയുടെ മൂടിതുറന്ന് ഗണേഷ് ഒരു ചെറുകഷണം അച്ചാറെടുത്തു. രണ്ടായി മുറിച്ച് പകുതി എനിക്കുതന്നു. നാട്ടിൽനിന്നും രഹസ്യമായി എത്തിച്ച ബീഫ് അച്ചാർ. ഭരണി നന്നായി അടച്ച്, അറയിലിറക്കി പൂട്ടി, സ്ലാബ് പിടിച്ചു മൂടിവച്ചു. മുകളിൽ ഗ്യാസ്കുറ്റി കയറ്റി വച്ചു. ഞങ്ങൾ ദീർഘശ്വാസം വിട്ടു.

കുറച്ചു കഴിഞ്ഞപ്പോൾ ഹാളിൽ മകനും മകളും ഒരു കൊച്ചു സംഭാഷണത്തിൽ ഏർപ്പെടുന്നത് കേട്ടു.

"അയാളെ പേരെന്താ ചേട്ടാ."

"സ്റ്റേറ്റ്സ്മാൻ എന്നാണ് ഇതിലെഴുതിയിരിക്കുന്നത്."

"എന്താ അതിന്റെ അർത്ഥം?"

"സ്റ്റേറ്റിന്റെ മനുഷ്യൻ എന്നാണ്?"

"സ്റ്റേറ്റ് എന്നുവച്ചാൽ എന്താണ് ചേട്ടാ?"

"അമ്മേ, സ്റ്റേറ്റ് എന്നുവച്ചാൽ എന്താ?"

"സ്റ്റേറ്റ് എന്നുവച്ചാൽ എന്താ ഗണേഷേ?"

"സ്റ്റേ...റ്റ്.... സ്റ്റേറ്റ്, എന്നുവച്ചാൽ രാഷ്ട്രം. അതായത് രാജ്യം." ടാപ്പിന്റെ ചോർച്ച മാറ്റുന്നതിനിടെ ഗണേഷ് പറഞ്ഞു.

"മോനേ, രാഷ്ട്രം എന്നാണ് സ്റ്റേറ്റിന്റെ അർത്ഥം."

"അപ്പം രാഷ്ട്ര മനുഷ്യൻ. സ്റ്റേറ്റ്സ്മാൻ. മനസ്സിലായോ?"

"അയ്യേ, ഇതെന്തു പേരാണ് ചേട്ടാ."

ഞങ്ങൾക്ക് മക്കളെക്കുറിച്ച് അഭിമാനം തോന്നി.

"പതിനൊന്നു വയസ്സിൽ എനിക്കിത്ര ബുദ്ധിയില്ലായിരുന്നു." ഞാൻ പറഞ്ഞു.

"പതിനൊന്നു വയസ്സിൽ എനിക്കിത്ര ബുദ്ധിയില്ലായിരുന്നു." ഗണേഷും പറഞ്ഞു.

ഒരു വൈകുന്നേരം ഞങ്ങൾ ബിഗ്ബസാറിലേക്ക് പോകാൻ കാറുമെടുത്ത് ഗേറ്റ് കടന്നപ്പോഴാണ് അയാളെ പിന്നെ കണ്ടത്.

"എനിക്ക് കുറച്ചു വെള്ളം വേണം." അയാൾക്കെന്തോ പറ്റിയിട്ടുണ്ടെന്ന് എനിക്കുതോന്നി. അല്പം പരിഭ്രമിച്ചിരുന്നു അയാൾ.

"എന്തുപറ്റി?" ഞാൻ ചോദിച്ചു.

"എന്തുപറ്റി?" ഗണേഷും ചോദിച്ചു.

"വരുന്നവഴിക്ക് ഒരു നായ്ക്കുട്ടി കാറിനു കുറുകേ ചാടി. പാവം ചതഞ്ഞരഞ്ഞുപോയി. സംഗതി നായയായാലും മനുഷ്യനായാലും മരിക്കുന്നത് ഒരുപോലെയാണെന്ന് സങ്കടപ്പെടുന്ന ഒരാളാണ് ഞാൻ." കാലിൽ പറ്റിയ ചോര കഴുകുന്നതിനിടെ അയാൾ പറഞ്ഞു. "അവറി"ന്റെ വീട്ടിലേക്കുള്ള വഴിയിലേക്ക് അയാളുടെ കാർ തിരിഞ്ഞപ്പോൾ പിൻടയറിൽ നായ്ക്കുട്ടിയുടെ ചോര ഒട്ടിപ്പിടിച്ചിരിക്കുന്നത് ഞങ്ങൾ കണ്ടു.

"ഹൊ! എന്തൊരു കരുണ!" ഞാൻ പറഞ്ഞു.

"ഹൊ! എന്തൊരു കരുണ!" ഗണേഷും പറഞ്ഞു.

ഒരു രാത്രി; കുട്ടികൾ ഉറങ്ങിയെന്നുറപ്പാക്കിയശേഷം ഞങ്ങൾ ഇണചേരാനുള്ള തയ്യാറെടുപ്പിലായിരുന്നു. പല നിലകളും കയറിയിറങ്ങിയിട്ടും എങ്ങുമെത്താതെ വഴിപിണഞ്ഞ ലിഫ്റ്റിലെന്നപോലെ രതിസാഹസം നിശ്ചലമായപ്പോൾ:

"മറ്റേത് നോക്കാം." ഞാൻ പറഞ്ഞു.

"മറ്റേത് നോക്കാം." ഗണേഷും പറഞ്ഞു.

അതും ശരിയായില്ല. കാലപ്പഴക്കംകൊണ്ട് അസ്ഥികൾക്ക് വഴക്കം നഷ്ടമായ കാര്യം ഞങ്ങൾ ഒന്നിച്ചോർത്തു. ചലിക്കുമ്പോൾ അവയിൽ നിന്നും ഈയിടെ കർണ്ണാടകസംഗീതം കേട്ടു തുടങ്ങിയിരിക്കുന്നു. ഒടുവിൽ സ്ഥിരഭോഗവിരസത മാറ്റുവാൻവേണ്ടി ഞങ്ങൾതന്നെ ഡെവലപ്പ് ചെയ്തെടുത്ത ഒരു സംഭോഗനിലയുടെ പ്രവേശികാഘട്ടത്തിൽ തുടങ്ങുമ്പോൾ:

"വാതിൽ അടച്ചല്ലോ അല്ലേ?" ഞാൻ ചോദിച്ചു.

"ഉം. ഞാനാണടച്ചത്." ഗണേഷ് പറഞ്ഞു.

കുറച്ചു കഴിഞ്ഞ്:

"വാതിലടച്ചല്ലോ അല്ലേ?" ഗണേഷ് ചോദിച്ചു.

"ഉം. ഞാനാണടച്ചത്." ഞാൻ പറഞ്ഞു.

അനിമൽ പ്ലാനറ്റിൽ കണ്ട ചേറാടുന്ന പാമ്പുകളെ അനുകരിച്ചു തയ്യാറാക്കിയ ആ സംഭോഗനിലയുടെ കഠിനരസത്തിലേക്ക് കടക്കവേ, ഞങ്ങളെ സ്തബ്ധരാക്കിക്കൊണ്ട് തൊട്ടുമുന്നിൽ അയാൾ പ്രത്യക്ഷപ്പെട്ടു.

"മിസ്റ്റർ ഗണേഷ്, ഇതങ്ങനെയല്ല ചെയ്യേണ്ടത്." സർവ്വനാഡികളും കുഴഞ്ഞ ഞങ്ങൾ കൈയിൽക്കിട്ടിയ തുണിക്കഷണങ്ങളെടുത്ത് മാനം മറച്ചുകൊണ്ട് ചാടിയെണീറ്റു. ഞാൻ കട്ടിലിനടിയിൽ കയറി ഒളിച്ചു.

"തനിക്കെന്താടോ ഈ വീട്ടിൽ കാര്യം?" ഗണേഷ് ആക്രോശിച്ചു. ചിരിച്ചുകൊണ്ടായിരുന്നു അയാളുടെ മറുപടി.

"നോക്കൂ, മിസ്റ്റർ ഗണേഷ്, ഇവിടെയെന്നല്ല, ഏതു വീട്ടിലും എനിക്ക് കാര്യമുണ്ട്. I am the state's man."

"തേങ്ങ മാൻ. ഇറങ്ങെടാ നാണമില്ലാത്ത പട്ടീ."

"ഇറങ്ങാൻ ഉദ്ദേശിക്കുന്നില്ല. മാത്രമല്ല, ഞാൻ നേരത്തേ പറഞ്ഞിട്ടുള്ളതുപോലെ എന്നെ ആക്രമിക്കുന്നതിനു പകരം ഞാൻ പറയുന്ന കാര്യങ്ങളിൽ എന്തെങ്കിലും തെറ്റുണ്ടോ എന്നു നോക്കൂ. ആശയങ്ങളെ ഉൾക്കൊള്ളൂ." അയാൾ ലഘുപ്രഭാഷണം ആരംഭിച്ചു.

"നോക്കൂ, മനുഷ്യരതി വളരെ ഉദാത്തമായ ഒന്നാണ്. ദിവ്യവുമാണ്. സിലിണ്ടർ ആകൃതിയുള്ള മലയാളികൾക്ക് പൊതുവേ എളുപ്പമുള്ള നിലയല്ല നിങ്ങളിപ്പോൾ സ്വീകരിച്ചിരിക്കുന്നത്. എന്തുകൊണ്ടാണ് നിങ്ങൾ യോഗചെയ്ത് ആ വയറൊന്നു കുറയ്ക്കാത്തത്? ആ പൊസിഷനിൽ മനോഹരമായി എങ്ങനെ ഇണചേരാമെന്ന് നിങ്ങൾക്ക് പറഞ്ഞുതരണമെന്നു മാത്രമേ എനിക്ക് ഉദ്ദേശ്യമുള്ളൂ. അതു തെറ്റാണോ? സഹോദരി പറയൂ." കട്ടിൽ തള്ളിനീക്കി എന്നെ വെളിച്ചപ്പെടുത്തിയശേഷം

അയാൾ ചോദിച്ചു. നിഷ്കപടമായ ആ ചോദ്യം കേട്ടപ്പോൾ ഞാൻ ആകപ്പാടെ ധർമ്മസങ്കടത്തിലായി. ഈസമയം ലാപ്ടോപ്പെടുത്ത് അയാളുടെ ഉച്ചംതലയിൽ അടിക്കാൻ ഒരുങ്ങി നില്ക്കുകയായിരുന്നു ഗണേഷ്. ഞാൻ കടന്നുപിടിച്ചു. ഇല്ലെങ്കിലും അടിക്കില്ലായിരുന്നു എന്നും അങ്ങനെയാണെങ്കിൽ അതൊന്നു പഠിച്ചെടുത്തിട്ടു തന്നെ കാര്യം എന്ന് അതിനിടയിൽ തീരുമാനിച്ചിരുന്നുവെന്നും ഗണേഷ് പിന്നീട് എന്നോട് പറഞ്ഞു.

"വന്ന സ്ഥിതിക്ക് നിങ്ങൾക്കത് പറഞ്ഞു തരാതെ പോകുന്നത് ശരിയല്ല." എന്നും പറഞ്ഞ് അയാൾ പോക്കറ്റിൽനിന്നും പേനയെടുത്ത് കടലാസിൽ ആ പൊസിഷൻ വരച്ചു. ഞങ്ങളുടെ ചെയ്തിനിലെ പിഴവ് ഞങ്ങൾക്കപ്പോൾ പിടികിട്ടി.

"കുറ്റിയിട്ടോളൂ." ക്ഷണത്തിൽ നീളൻ കാൽ വലിച്ചുവച്ച് അയാൾ നടന്നുപോയി.

"എന്തൊരു ഉത്തരവാദിത്വം." ഞാൻ പറഞ്ഞു.

"എന്തൊരു ഉത്തരവാദിത്വം." ഗണേഷും പറഞ്ഞു.

ദിവസങ്ങൾ കടന്നുപോയി. ഇതിനിടയിൽ അയാൾ തന്ന ലഘുലേഖ കാണാതെ പഠിച്ച് ഞങ്ങൾ നല്ല പൗരരായി മാറിയിരുന്നു. അതിൽ, ഏതൊക്കെ പുസ്തകങ്ങൾ വായിക്കരുത്, എന്തൊക്കെ ഭക്ഷിക്കരുത്, ഏതെല്ലാം സിനിമകൾ കാണരുത്, ആരോടെല്ലാം സംസാരിക്കരുത്, തുടങ്ങി വിശേഷദിവസങ്ങളിൽ ധരിക്കേണ്ട അടിവസ്ത്രങ്ങൾ ഏതാണ് എന്നുവരെയുള്ള കാര്യങ്ങൾ സൂക്ഷ്മമമായി പ്രതിപാദിച്ചിരുന്നു.

ഇതാ, ഈനിമിഷം വല്ലാത്തൊരു കൺഫ്യൂഷനിലാണ് ഞാനും ഗണേഷും. ഇന്ന് ഞങ്ങൾ കടുവയുടെ പടമുള്ള മനോഹരമായ ഒരു കാർപ്പറ്റ് വാങ്ങിച്ചു. പ്രശ്നം എന്താണെന്നു വച്ചാൽ കടുവയുടെ തലഭാഗം വടക്കോട്ടിടണോ തെക്കോട്ടിടണോ? എന്നുള്ളതാണ്.

"സ്റ്റേറ്റ്സ്മാനോട് ചോദിച്ചാലോ?" ഞാൻ പറഞ്ഞു.

"സ്റ്റേറ്റ്സ്മാനോട് ചോദിച്ചാലോ?" ഗണേഷും പറഞ്ഞു.

ഡയൽ ചെയ്തതേയുള്ളു. "ഒരു നിമിഷം." അയാൾ പറഞ്ഞു.

അതാ ഗേറ്റ് തുറക്കുന്ന ശബ്ദം.

"എന്തൊരു സ്പീഡ്." ഞാൻ പറഞ്ഞു.

"എന്തൊരു സ്പീഡ്." ഗണേഷും പറഞ്ഞു.

ദേശാഭിമാനി വാരിക 2016

"ജോബനെ ചോറാനി എചണം"

ശ്യാംസുന്ദർ സെക്രട്ടറിയേറ്റ് അസിസ്റ്റന്റായി ജോലിയിൽ പ്രവേശിച്ച ദിവസം ചെറുപ്പക്കാരിയും സുന്ദരിയുമായ (സൗന്ദര്യത്തിന് ഇവിടെ പ്രസക്തിയൊന്നും ഇല്ലെന്നറിഞ്ഞുകൊണ്ടു തന്നെ കഥയ്ക്ക് ഭംഗി കൂട്ടാൻ വേണ്ടി ചേർത്തെന്നേയുള്ളു.) അണ്ടർസെക്രട്ടറി അയാൾക്ക് താഴെ പറയും പ്രകാരം ഒരു ഉപദേശം നല്കി.

"ശ്യാംസുന്ദർ, ആദ്യമായി, മത്സരപ്പരീക്ഷയിൽ ഒന്നാംറാങ്ക് നേടിയ താങ്കളെ ഞാൻ ആത്മാർത്ഥമായി അനുമോദിക്കുന്നു. വർഷങ്ങൾക്കുമുമ്പ് ഞാനും ഒരു ഒന്നാംറാങ്കുകാരിയായിരുന്നു എന്നകാര്യം ഇത്തരുണത്തിൽ ഓർമ്മപ്പെടുത്തുകയും ചെയ്യുന്നു. രണ്ടാംറാങ്ക് മുതൽ താഴോട്ടുള്ള നിലവാരം കുറഞ്ഞ ഉദ്യോഗസ്ഥർക്ക് നമ്മളോട് തോന്നുന്ന അസൂയയെക്കുറിച്ച് പറയേണ്ട കാര്യമില്ലല്ലോ."

"ഇല്ല."

"അപ്പോൾ, ശ്യാംസുന്ദറിന്റെ യഥാർത്ഥ പരീക്ഷ ഇവിടെ ആരംഭിക്കുകയാണ്. സ്റ്റേറ്റ് എന്നത് ദിനോസറിനെപ്പോലെ വലിയൊരു മൃഗമാണെങ്കിൽ നമ്മളാണ് അതിന്റെ അവയവങ്ങൾ. കൂർത്ത പല്ലിന്റെയോ മൂർച്ചയുള്ള കൊമ്പിന്റെയോ ഒക്കെ റോളാണ് നമുക്കുള്ളത്. മനസ്സിലായോ?"

പ്രഭാഷണത്തിനുശേഷം പതിറ്റാണ്ടുകളുടെ പാരമ്പര്യമുള്ള ഒരു തടിക്കസേരയിലേക്ക് ശ്യാം സുന്ദർ എന്ന കൊമ്പ് ആനയിക്കപ്പെട്ടു. ആ കസേരയാകട്ടെ എന്നും അവിടെയുണ്ടായിരുന്നു. അതിലിരുന്ന് അധോവായു വിട്ട് വിട്ട് വിട്ട് വിട്ട് മരിച്ചുപോയ അസിസ്റ്റന്റ് മുതൽ ചീഫ് സെക്രട്ടറി വരെയുള്ള അസംഖ്യം ആത്മാക്കൾ ആ നിമിഷം അയാളുടെ ഉടലിലേക്ക് ചാടിക്കയറി. അതോടെ അയാൾ സർക്കാരുദ്യോഗസ്ഥനായി വെഞ്ചരിക്കപ്പെട്ടു.

താമസിയാതെ രണ്ട് ശിപായിമാർ ഇടത്തും വലത്തും നിന്ന് താങ്ങിപ്പിടിച്ച് ഒരു ഫയൽ കൊണ്ടുവന്നു. ശ്യാംസുന്ദർ ഭവ്യതയോടെ എണീറ്റുനിന്ന് ഫയൽ വാങ്ങിയശേഷം ഉള്ളിൽ തികട്ടിവന്ന സംശയം അവരോട് ഇങ്ങനെ ചോദിച്ചു:

"അല്ലാ, ഇത്രയും ചെറിയ ഒരു ഫയൽ ഇത്രയും ചെറിയൊരു ദൂരത്തെത്തിക്കാൻ എന്തിനാണ് രണ്ടുപേർ?"

ശിപായിമാർ രണ്ടുപേരും ശ്യാം സുന്ദറിനെ സൂക്ഷിച്ച് നോക്കി. പുതിയ ആളായതുകൊണ്ട് മാത്രം ക്ഷമിക്കുന്നു എന്ന മട്ടിൽ ഇപ്രകാരം പറഞ്ഞു:

"ഇത് തികച്ചും പ്രതീകാത്മകമാണ്. ഒരു ഫയലിന്റെ ഭൗതികഭാരം എത്ര എന്നതിലുപരി അത് വിവക്ഷിക്കുന്ന ജീവിതഭാരം എന്ന ഒരു വസ്തുത കൂടി ഉണ്ട്. അത് ഈ ചെറിയ പ്രായത്തിൽ മനസ്സിലാവണമെന്നില്ല. അതിനാലാണ് രണ്ടുപേരെക്കൊണ്ട് ഇതു ചുമപ്പിച്ചത്."

പറഞ്ഞത് മൂന്നാമതൊരാൾ ആണല്ലോ എന്ന് അപ്പോഴാണ് ശ്യാംസുന്ദർ ശ്രദ്ധിച്ചത്. പ്യൂൺമാർക്ക് നിർദ്ദേശം കൊടുക്കുന്ന സീനിയർ പ്യൂൺ ആയിരുന്നു പച്ചകർട്ടൻ വകഞ്ഞ് അകത്തേക്കു കയറിവന്ന ആ മാന്യ ദേഹം.

ശ്യാംസുന്ദർ ആരാധനയോടെ ഫയലിന്റെ നെഞ്ചിൽ തൊട്ട് നെറ്റിയിൽ വച്ച് നമസ്കരിച്ചു. ഒബ്ജക്ടീവ് വിജ്ഞാനങ്ങളുടെ പണ്ടകശാലയായ റാങ്ക്ഫയലുകൾ മാത്രമേ അയാൾ അതുവരെ കണ്ടിട്ടുണ്ടായിരുന്നുള്ളു. അണ്ടർസെക്രട്ടറി പറഞ്ഞ പ്രകാരം തന്റെ യഥാർത്ഥ പരീക്ഷണങ്ങൾ ഇവിടെനിന്നാണ് ആരംഭിക്കുന്നത്. ഫയൽ തുറക്കുന്നതിനു മുമ്പ് അയാൾ താഴെ പറയുന്ന മൂന്ന് ദൈവങ്ങളെ നന്ദിയോടെ അനുസ്മരിച്ചു.

(1) കാനാടി ചാത്തൻ: പരീക്ഷയെഴുതാനുള്ള പേന കൊറിയർ വഴി അയച്ചു തന്നു.

(2) വി യൂദാസ് തദേവൂസ്: കളഞ്ഞു പോയ കംപ്ലീറ്റ് റാങ്ക് ഫയൽ തിരികെ എത്തിച്ചു.

(3) ബീമാപള്ളി തങ്ങൾ: വെറും കാൽകിലോ എണ്ണ നേർച്ച നടത്തിയതിലൂടെ പരീക്ഷാ ഭയം അകറ്റിത്തന്നു.

കസേരയോളം തന്നെ പഴക്കം തോന്നിക്കുന്നതായിരുന്നു ആ ഫയലും. സെക്രട്ടറിയേറ്റിന്റെ നാഡീവ്യൂഹവ്യവസ്ഥയിലൂടെ വർഷങ്ങളായി അതും സഞ്ചരിക്കുന്നുണ്ടായിരുന്നു.

ശ്യാം സുന്ദർ ഫയൽ തുറന്നു.

ഏതോ വിദൂര ഗ്രാമത്തിലുള്ള വിധവയായ വൃദ്ധ മുഖ്യമന്ത്രിയുടെ ദുരിതാശ്വാസ നിധിയിലേക്ക് അയച്ച അപേക്ഷയായിരുന്നു അത്. "ഇതാണല്ലോ ദൈവമേ എന്റെ ആദ്യത്തെ ഫയൽ" എന്ന ഭവ്യവികാരത്തോടെ ശ്യാം സുന്ദർ വായിച്ചു തുടങ്ങി:

"ബഹുമാനപ്പെട്ട മുഖ്യമന്ത്രി സമക്ഷം,."

"വളരെ സൂക്ഷ്മമായി വേണം നമ്മൾ ഫയൽ നോക്കേണ്ടത്. ഗവൺമെന്റിന്റെ അവയവം എന്ന നിലയിൽ ഓരോ വാക്കും നമ്മൾ ഇഴകീറി പരിശോധിക്കേണ്ടതുണ്ട്." അണ്ടർ സെക്രട്ടറിയുടെ വാക്കുകൾ ശ്യാം സുന്ദർ ഓർത്തു. അതോടെ അയാളുടെ കണ്ണുകൾ 'മുഖ്യമന്ത്രി' എന്ന കീവേർഡിൽ കയറി കൊളുത്തിപ്പിടിച്ചു.

റാങ്ക് ഫയലുകളായ ഫയലുകളിൽ ഉറക്കമിളച്ചിരുന്ന് കാണാപ്പാഠം പഠിച്ച അനുബന്ധമായ ഒബ്ജക്ടീവ് ചോദ്യോത്തരങ്ങൾ ശ്യാമിന്റെയുള്ളിലൂടെ പാഞ്ഞു. അവൻ ഫയലിന്റെ മാർജിനിൽ ഇങ്ങനെ എഴുതാൻ തുടങ്ങി.

1. കേരളത്തിന്റെ ആദ്യത്തെ മുഖ്യമന്ത്രിയാര്?

a) ഇ എം എസ് b) എം ജി ആർ c) എൽ കെ അദ്വാനി

d) ഇതൊന്നുമല്ല

അതെഴുതിയപ്പോൾ ലഭിച്ച അപാരമായ തൃപ്തിയിൽ അവൻ അല്പനേരം ആത്മരതിയടഞ്ഞു. ഒരു നിമിഷം കണ്ണടച്ച് ധ്യാനനിമഗ്നനായി.

'ചക്രവ്യൂഹം' കോച്ചിങ് സെന്ററിൽ അഡ്മിഷനാവാൻ ചെന്നപ്പോൾ അതിന്റെ എല്ലാമെല്ലാമായ 'സഞ്ചരിക്കുന്ന എൻസൈക്ലോപീഡിയ' എന്നറിയപ്പെടുന്ന ചക്രധാരി സാർ പറഞ്ഞ കാര്യങ്ങൾ അവൻ കൃതാർത്ഥതയോടെ ഓർത്തു.

"ഒരു കീവേഡിൽനിന്നും നൂറുകണക്കിന് അനുബന്ധ ചോദ്യങ്ങൾ ഉണ്ടാക്കിയെടുക്കാനുള്ള കഴിവ് വളരെ പ്രധാനമാണ്."

കസേരയിൽ ഒന്നിളകി ഇരുന്നശേഷം അവൻ രണ്ടാമത്തെ ചോദ്യം ഇങ്ങനെ കുറിച്ചു:

2. ഏറ്റവും കൂടുതൽ കാലം കേരളം ഭരിച്ച മുഖ്യമന്ത്രിയാര്?

a) രാമറാവു. b) ജ്യോതി ബസു c) ഇ കെ നായനാർ

d) ഇതൊന്നുമല്ല

അണ്ടർ സെക്രട്ടറിയെ ഞെട്ടിക്കുക എന്ന ഉദ്ദേശ്യത്തോടെ എഴുതിയ പത്ത് അനുബന്ധ ചോദ്യോത്തരങ്ങൾ വിസ്തരഭയംമൂലം ഇവിടെ എഴുതുന്നില്ല.

"സാർ, എന്റെ ആശ്രയമായിരുന്ന മകൻ രണ്ട് കിഡ്നികളും തകരാറിലായി ചികിത്സയിലാണ്."

"ഹോ! കിട്ടിപ്പോയി." മലവെള്ളം പോലെ പൊതുവിജ്ഞാനം കുത്തിയൊലിക്കാൻ തുടങ്ങി. ചക്രധാരി സാറിന്റെ വാക്കുകൾ ഉള്ളിൽ കിടുങ്ങി മുഴങ്ങി.

"ജനറൽനോളജ് എന്നത് സർവ്വവ്യാപിയാണ്. അത് തൂണിലും തുരുമ്പിലും സ്ഥിതി ചെയ്യുന്നു. കണ്ണും കാതും കൂർപ്പിച്ചു വേണം ഒരു ഉദ്യോഗാർത്ഥി നടക്കേണ്ടത്."

അത് പൂർണ്ണമായി പാലിച്ചിട്ടുണ്ട് ശ്യാംസുന്ദർ. ഒരുദിവസം വഴിയിലെ കൂർത്ത കല്ലിൽ തട്ടി അവൻ നെഞ്ചിടിച്ചുവീണു. അല്പസമയത്തെ

ബോധക്കേടിനു ശേഷം കണ്ണുതുറന്ന അവൻ പകച്ചുപോയി. തൊട്ടു മുന്നിൽ ആയിരക്കണക്കിന് പൊതുവിജ്ഞാനങ്ങൾ ഘോഷയാത്ര നടത്തുന്നു. ജനറൽനോളജിന്റെ തേങ്ങാക്കുലകളും ചുമന്ന് അതാ അങ്ങനെ നില്ക്കുന്നു ഒരു കൊന്നത്തെങ്ങ്! ''തെങ്ങ്''. അഥവാ, കോക്കസ് ന്യൂസിഫെറ.

കേരളത്തിൽ തെങ്ങ് കൊണ്ടു വന്നതാര്?

തെങ്ങിനെക്കുറിച്ച് പരാമർശമുള്ള ആദ്യഗ്രന്ഥം ഏത്?

മലബാർ മാന്വൽ എഴുതിയതാര്?

ലോഗൻ എന്ന കാർ എവിടെ നിർമ്മിക്കുന്നു?

ലോക തെങ്ങ് ദിനം എന്നാണ്?

തലച്ചോറിലൂടെ ജനറൽനോളജിന്റെ പൊന്നീച്ചകൾ തലങ്ങും വിലങ്ങും പാഞ്ഞു. ഏതു വീഴ്ചയിലും പൊതുവിജ്ഞാനശകലങ്ങൾ പെറുക്കിയെടുക്കാൻ കഴിഞ്ഞ ആർജ്ജവവും അർപ്പണമനോഭാവവുമാണ് ശ്യാംസുന്ദർ എന്ന ബിരുദധാരിയെ ഒന്നാംറാങ്കുകാരനാക്കി, പ്രസിദ്ധരും അപ്രസിദ്ധരും കുപ്രസിദ്ധരുമായ ഒരുപാട് ഉദ്യോഗസ്ഥർ ഉപവിഷ്ടിച്ചു പോയ ആ കസേരയിലെത്തിച്ചത്.

ആവേശത്തിന്റെ ആ നിമിഷം 'കിഡ്നി' എന്ന കീവേർഡ് ശ്യാം സുന്ദറിനെ പുളകം കൊള്ളിച്ചു. കിഡ്നി: ഹായ്! എത്ര മനോഹരപദം! "കി ഡ് നി." പറയുമ്പോൾ തന്നെ രണ്ടായി പിളർന്നു നില്ക്കുന്ന വിത്തിന്റെ ചിത്രം ഓർമ്മ വരും.

ജീവിതത്തെ മാറ്റിമറിച്ച ചക്രധാരി സാറിന്റെ ഒരു ക്ലാസ് ശ്യാംസുന്ദർ വീണ്ടും ഓർത്തു.

"ഒരു ഉദ്യോഗാർത്ഥി ഒരിക്കലും അപകട സ്ഥലങ്ങളിൽനിന്നും ഓടി രക്ഷപ്പെടരുത്. ദൈവം നിങ്ങൾക്കു തരുന്ന മഹത്തായ അവസരങ്ങളാണ് അപകടങ്ങൾ. അങ്ങനെയൊരു ദൈവേച്ഛയില്ലെങ്കിൽ കോടിക്കണക്കിന് മനുഷ്യർ ജീവിക്കുന്ന ഭൂമിയിൽനിന്നും എന്തിനാണ് നിങ്ങളെമാത്രം അവിടെ എത്തിക്കുന്നത്?

ഉദാഹരണത്തിന് ഒരാൾ പാണ്ടിലോറി കയറി തലച്ചോറ് പിളർന്നു കിടക്കുന്നു. ഒരിക്കലും അലസത കാട്ടരുത്. മനുഷ്യശരീരത്തെക്കുറിച്ച് പഠിക്കാനുള്ള വലിയ അവസരമാണ് തൊട്ടു മുന്നിൽ.

മറ്റുള്ളവർ രക്ഷാപ്രവർത്തനങ്ങൾ നടത്തിക്കോട്ടെ. സെറിബ്രം, സെറിബല്ലം, മെഡുല്ല ഒബ്ളാംഗറ്റ, മെനിഞ്ജസ് തുടങ്ങിയ തലച്ചോറിന്റെ ഭാഗങ്ങൾ കാണുന്നതിലും പറ്റുമെങ്കിൽ നോട്ട്ബുക്കിൽ കുറിക്കുന്നതിലുമായിരിക്കണം ഉൽകർഷേച്ഛുവായ ഒരു ഉദ്യോഗാർത്ഥി ശ്രദ്ധിക്കേണ്ടത്.

ഇനി ശരീരം തന്നെ രണ്ടായി കീറിയിട്ടുണ്ടെങ്കിൽ പൊതുവിജ്ഞാനത്തിന്റെ അക്ഷയഖനിയായിരിക്കും നിങ്ങളുടെ മുന്നിൽ തുറന്നു കിടക്കുന്നത്. ശ്വാസകോശങ്ങൾ, വൻകുടൽ, ചെറുകുടൽ, കരൾ, ഛേദിച്ച ഹൃദയം, അതിന്റെ നാലറകൾ അങ്ങനെ പോകും.

A picture is worth thousand words.

മനസ്സിലായോ? അവസാനം പറഞ്ഞത് പ്രോവെർബാണ്. അത് ഇംഗ്ലീഷ് പരീക്ഷയ്ക്ക് ഉപയോഗപ്പെടും."

ശ്യാംസുന്ദറിന് ചക്രധാരി സാറിനെ ഉടൻതന്നെ കെട്ടിപ്പിടിക്കണമെന്നും അദ്ദേഹത്തിന്റെ പാദങ്ങളിൽ ഉമ്മ വെക്കണമെന്നും അല്ലെങ്കിൽ അതിന്റെയൊന്നും ആവശ്യമില്ലെന്നും അപ്പോൾ തോന്നി. ഇതാ ഇനി ഞാനെഴുതുന്ന ചോദ്യങ്ങൾ മാഡത്തെ ഞെട്ടിക്കുക തന്നെ ചെയ്യും. അവൻ മനസ്സിൽ പറഞ്ഞു.

1. മനുഷ്യ ശരീരത്തിലെ അരിപ്പ എന്നറിയപ്പെടുന്ന അവയവം?

a) മീശ b) തല c)കിഡ്നി d)ഇതൊന്നുമല്ല.

2. കിഡ്നിയെ കുറിച്ചുള്ള പഠനം?

a) കിഡ്നോളജി b) സൈക്കോളജി c) നെഫ്രോളജി

d) ഇതൊന്നുമല്ല

വിസ്തരഭയം കൊണ്ട് ബാക്കി ചോദ്യങ്ങൾ ഒഴിവാക്കുന്നു. അനുബന്ധമായി ധാരാളം സൂചനകൾ മനസ്സിലേക്ക് കടന്നുവരുകയും ശ്യാം സുന്ദർ നിരവധി കടലാസുകളിൽ ഒബ്ജക്ടീവ് രൂപത്തിൽ അവ പകർത്തുകയും ചെയ്തു. ഉച്ചഭക്ഷണംപോലും കഴിക്കാതെയുള്ള ആത്മാർത്ഥമായ ജോലികണ്ട് തൊട്ടടുത്തുള്ളവർ അവനെ മണ്ടൻ എന്നു വിളിക്കുന്നതും "പുത്തനച്ചി പുരപ്പുറം തൂക്കും" എന്ന പഴഞ്ചൊല്ലിനെ ഇംഗ്ലീഷിലേക്ക് വിവർത്തനം ചെയ്യുന്നതും അന്താക്ഷരി കളിക്കുന്നതും അവൻ കണ്ടെങ്കിലും ഉന്നതമായ ഈ കസേരയിൽ ഇരിക്കുന്ന തന്റെ നിയോഗം ഇത്രയും കാലംകൊണ്ട് സ്വായത്തമാക്കിയ അറിവ് വേണ്ടും വിധം ഉപയോഗപ്പെടുത്തുക എന്നുള്ളതാണെന്ന് പൂർണ്ണ ബോധ്യമുണ്ടാകയാൽ അവൻ ജോലി തുടരുകതന്നെ ചെയ്തു.

സൂചനകൾ കൊണ്ട് സമൃദ്ധമായിരുന്ന ആ അപേക്ഷയിൽ അവനെ സഹായിക്കാനെന്നവണ്ണം ധാരാളം കീവേർഡുകൾ വൃദ്ധ ഉൾപ്പെടുത്തിയിട്ടുണ്ടായിരുന്നു.

ഉദാഹരണത്തിന്, "പട്ടിണി" എന്ന കീവേർഡിൽ നിന്നും "പട്ടിണി ജാഥ"യും എ കെ ജിയും അതിലൂടെ കമ്യൂണിസ്റ്റ് പാർട്ടിയുടെ ചരിത്രവും പറന്നുവന്നു.

"പട്ടിണി"യിൽനിന്നും ഇന്ത്യ നടപ്പിലാക്കിയ ആയിരക്കണക്കിന് ദാരിദ്ര്യനിർമ്മാർജ്ജനപദ്ധതികൾ ചോദ്യോത്തരങ്ങളായി മാറി.

1985 എന്ന അപേക്ഷ സമർപ്പിച്ച വർഷം ചരിത്രത്തിലേക്കുള്ള താക്കോലായി മാറി. ആ ഫയലിന് തന്നേക്കാൾ ഒരു വയസ്സ് കൂടുതലുണ്ടെന്നുള്ള വസ്തുത അവന് കൗതുകമായി തോന്നി.

ഇതിനിടയിൽ ഫയൽ വളരെ അർജന്റാണെന്ന് സെക്ഷൻ ഓഫീസർ മൂന്നുതവണ വിളിച്ചറിയിക്കുകയും അത് തിരികെ കൊണ്ടുപോകാൻ വേണ്ടി നാലു പ്യൂൺമാരെ ഒന്നിച്ചയക്കുകയും ചെയ്തിരുന്നു.

വൈകുന്നേരത്തോടെ നൂറുകണക്കിന് കടലാസുകളിലായി

പൊതുവിജ്ഞാനത്തിന്റെ സമഗ്ര മേഖലകളും ശ്യാംസുന്ദർ സ്പർശിച്ചു. വേണമെങ്കിൽ ഇംഗ്ലീഷിലേക്കോ ഗണിതത്തിലേക്കോ കടക്കാനുള്ള സാദ്ധ്യതയുമുണ്ട്.

പക്ഷേ, അപ്രതീക്ഷിതമായ ഒരാശങ്ക വന്ന് അയാളെ അലട്ടാൻ തുടങ്ങി. അണ്ടർ സെക്രട്ടറിയും ഒന്നാം റാങ്കുകാരിയാണ്. കുറെയൊക്കെ മറന്നിട്ടുണ്ടാവുമെങ്കിലും ഈ എഴുതിയതൊന്നും അവർക്ക് അറിഞ്ഞു കൂടാത്ത സംഗതികളാവണമെന്നില്ല. അങ്ങനെയാണെങ്കിൽ അവരെ ഞെട്ടിക്കുന്നതിന് എന്തെങ്കിലും ഇടിവെട്ട് സാധനങ്ങൾ രംഗത്തിറക്കേണ്ടിയിരിക്കുന്നു.

ആ നിമിഷം ചക്രധാരി സാർ സർവ്വവ്യാപിയായ ദൈവത്തെപ്പോലെ ശ്യാംസുന്ദറിന്റെ മനസ്സിൽ പ്രത്യക്ഷനായി. വളരെ വേണ്ടപ്പെട്ടവരും ഒന്നാംറാങ്ക് കിട്ടാൻ സാദ്ധ്യതയുള്ളവരും മാത്രമായ തന്റെ അരുമ ഉദ്യോഗാർത്ഥികൾക്ക് ട്രേഡ് സീക്രട്ട് പോലെ അദ്ദേഹം പറഞ്ഞു കൊടുക്കുന്ന ആ അവസാന തന്ത്രം തന്നെ ശ്യാംസുന്ദർ ഫയലിൽ പ്രയോഗിച്ചു:

"ജോബനെ ചോറാഗി നിഎച്ചണം"

ഫയൽ ക്ലോസ് ചെയ്തു. യുദ്ധം വിജയിച്ച രാജാവ്, ചന്ദ്രനിൽ കാലുകുത്തിയ ആംസ്ട്രോങ് തുടങ്ങിയവരോട് ശ്യാം സുന്ദറിനെ ഇപ്പോൾ ഉപമിക്കാവുന്നതാണ്.

"ജോ വർ, ബ ജ്റ, നെ ല്ല്, ചോ ളം, റാ ഗി, നി ലക്കടല, എ ള്ള്, ചണം", എന്നവിധം ഖരീഫ് വിളകളെ മനസ്സിലുറപ്പിക്കുന്നതിനുള്ള കോഡ് ഭാഷയാണ് താനെഴുതിയതെന്ന് തലകുത്തി നിന്നാലും അണ്ടർസെക്രട്ടറി കണ്ടുപിടിക്കില്ലെന്ന് അവനുറപ്പിച്ചു. സമാധാനത്തോടെ ഫയലിന്റെ പള്ളയെ ചുവപ്പു നാട അണിയിച്ചു.

നാല് പ്യൂൺമാർ താങ്ങിപ്പിടിച്ച് ആ ഫയൽ കൊണ്ടുപോയി. ധാരാളം തിരിവുകളും വളവുകളുമുള്ള സെക്രട്ടറിയേറ്റിന്റെ ചക്രവ്യൂഹത്തിൽ അത് വീണ്ടും വിലയം പ്രാപിച്ചു.

ഫയൽ അതിന്റെ വിധിക്ക് പൊയ്ക്കോട്ടെ, വായനക്കാർക്കുള്ള ചോദ്യം ഇതാണ്.

1. ശ്യാം സുന്ദറിന് പിന്നീട് എന്തു സംഭവിച്ചു?

a) പ്രൊമോഷൻ കിട്ടി അഡീഷണൽ സെക്രട്ടറിയായി.

b) സസ്പെന്റ് ചെയ്യപ്പെട്ടു.

c) ഗുഡ്സർവ്വീസ് എൻട്രി കിട്ടി.

d) ഇതൊന്നുമല്ല.

പ്രസാധകൻ മാസിക 2016

ജംഘലപ്രഭയും പിംഗലനാദനും

വേതാളവും ഞാനും തമ്മിൽ ചങ്ങാതിമാരായിട്ട് നാലുമാസമേ ആയിട്ടുള്ളു. എന്നിരിക്കിലും ഒരു മൂവായിരം വർഷത്തെ സൗഹൃദപ്പഴക്കമുണ്ടെന്ന് ഞങ്ങൾ ഗാഢമായി വിശ്വസിക്കുന്നുണ്ട്. വിക്രമാദിത്യൻ എന്ന എന്റെ പേര് മൂലമുള്ള ലജ്ജ മാറിക്കിട്ടിയതുതന്നെ ഇയാളുമായി കൂട്ടുകൂടിയതിനുശേഷമാണ്.

അറുപത് കഴിഞ്ഞ് അടുത്തൂൺപറ്റിയ ഞങ്ങൾ പാർക്കിന്റെ മൂലയിലുള്ള സിമന്റ്ബഞ്ചിൽ മുഖാമുഖം നോക്കിയിരിക്കുന്ന രൂപത്തിലാണ് ആദ്യമായി കാണപ്പെട്ടത്. മിണ്ടാനും പറയാനും ആരും പോരുമില്ലാത്തവരാണ് എന്ന് ഇരുവരുടെയും മോന്തയ്ക്ക് എഴുതി വച്ചിട്ടുണ്ടായിരുന്നെങ്കിലും രണ്ടുമൂന്ന് ദിവസം ഗൗരവം ഭാവിച്ച് ഞങ്ങൾ പരിചയപ്പെടാതിരുന്നുവെങ്കിലും കൃത്യം അഞ്ചുമണിക്ക് പരസ്പരം പ്രതീക്ഷിച്ച് മൂലബഞ്ചിൽ വന്നിരിക്കുമായിരുന്നു, സ്ഥിരമായി.

നഗരവാസംകൊണ്ട് ജാട കയറി മൂടിയ മുഖത്തിനുള്ളിൽ തനിഗ്രാമീണത കുഴഞ്ഞു കിടക്കുന്നത് ഞങ്ങൾ കണ്ടെത്തുകയും ഒരു ദിവസം രണ്ടും കല്പിച്ച് മിണ്ടുകയും ഒരുമിച്ച് നടക്കുകയും വേദം പറയുകയും മൂക്കള പിടിച്ച് മുണ്ടിൽ തേക്കുകയും കുലുക്കി സർബ്ബത്ത് കുടിക്കുകയും പോരാത്തതിന് ബിവറേജസിലെ വിലകുറഞ്ഞ മദ്യം പച്ചവെള്ളം ചേർത്ത് മടമടാന്ന് അടിക്കുകയും ചെയ്തു.

അടുത്തടുത്ത ഫ്ളാറ്റുകളിലായിരുന്നു ഞങ്ങളുടെ താമസം. വൈകുന്നേരത്തെ നടത്തയ്ക്കിടയിൽ അയാൾ സംസാരിയും ഞാൻ കേഴ്വിയാളനുമായി മാറി. എന്നാൽ അതൊന്നും പെൻഷൻകാരുടെ സർവ്വീസ് ബഡായികളോ മക്കളെക്കുറിച്ചുള്ള പൊലിപ്പുകളോ ആയിരുന്നില്ല. കഥകളായിരുന്നു. കഥ പറഞ്ഞുതീരുന്ന സമയത്ത് ഞങ്ങൾ ഫ്ളാറ്റിനടുത്തെത്തുകയും അയാൾ ആദ്യം കടന്നുപോകുകയും ചെയ്തു. അയാളുടെ

ഫ്ളാറ്റിന്റെ മുറ്റത്ത് ഒരു വലിയ മുരിങ്ങമരം പൂത്തുകായ്ച്ചു നിന്നു. ഉയർന്നുയർന്നു പോകുന്നതിനിടെ ഒരു പ്രത്യേക പോയിന്റിലെത്തുമ്പോൾ മുരിങ്ങമരത്തിന്റെ ചില്ല കണ്ണാടി ലിഫ്റ്റിൽ മുട്ടും. ആ സ്ഥാനത്തുനിന്ന് കൈയുയർത്തി എന്നെ അഭിവാദ്യം ചെയ്ത ഒരു ഫ്രെയിമിൽ വച്ചാണ് അയാളെ ആദ്യമായി "വേതാളം" എന്ന് ഞാൻ അഭിസംബോധന ചെയ്തത്.

കഥകൾ പറഞ്ഞ ശേഷം വേതാളം എന്നോട് ചോദ്യങ്ങൾ ചോദിച്ചു. മിക്കവാറും ലളിതമായ ആ ചോദ്യങ്ങൾക്ക് ഞാൻ വേഗത്തിൽ ഉത്തരം പറയുകയും ഞങ്ങൾ പിരിയുകയും ചെയ്തുപോന്നു.

എന്നാൽ ഇന്ന് അയാൾ ഒരു ത്രില്ലർ കഥ പറഞ്ഞശേഷം ഉന്നയിച്ച ചോദ്യത്തിന് ഉത്തരം കണ്ടെത്താനാവാതെ ഉഴറി വിയർത്ത് ഞാൻ ഈ കലുങ്കിൽ ഇങ്ങനെ ഇരിക്കുകയാണ്. ഈ നിസ്സഹായാവസ്ഥയിൽ മറ്റൊന്നും ചെയ്യാനാവാത്തതിനാൽ ഞാൻ വായനക്കാർക്കുവേണ്ടി ആ കഥ പങ്കുവയ്ക്കുന്നു.

ജംഘലപ്രഭയും പിംഗലനാദനും

"മുപ്പതോളം ഗുണ്ടകളടങ്ങുന്ന സംഘത്തിന്റെ നേതാവായിരുന്നു പിംഗലനാദൻ. നഗരസഭയ്ക്കു സമാന്തരമായി നികുതി പിരിവും പൊലീസിന് സമാന്തരമായി പിടിച്ചുപറിയും നടത്തി മാന്യമായി ജീവിച്ചുപോന്ന പിംഗലന്റെ സംഘം കൊച്ചുകൊച്ചു കൊലപാതകങ്ങളും തട്ടിക്കൊണ്ടുപോക്കുകളും ഏറ്റെടുത്ത് മറ്റാരെയും ബുദ്ധിമുട്ടിക്കാതെ ഉപജീവനം കഴിച്ചുപോന്നു.

ഒരുദിവസം സുഹൃത്തുക്കളായ ബാങ്ക് മാനേജർക്കും റിയൽ എസ്റ്റേറ്റ് ബ്രോക്കർക്കുമൊപ്പം ട്രിവാൻഡ്രം ക്ലബ്ബിൽ മദ്യപിച്ചുകൊണ്ടിരുന്ന സമയത്താണ് അവരുടെ പൊതുസുഹൃത്തായ ന്യൂറോളജി ഡോക്ടർ മെഴുകുതിരി വെട്ടത്തിലേക്ക് തപ്പിത്തപ്പി വരുന്നത്. അയാളുടെ പഠിപ്പിസ്റ്റ് മകളെ ഫേസ് ബുക്കിൽ കുടുക്കി വിദൂരമായ റിസോർട്ടിൽ കൊണ്ടുപോയി ഉടുതുണിയുരിഞ്ഞ് സെൽഫിയെടുക്കുകയും അടിവയറ്റിൽ പച്ചകുത്തുകയും ചെയ്ത ഓട്ടോറിക്ഷാക്കാരനെ തട്ടിക്കൊണ്ടു വരികയെന്ന ഉത്തരവാദിത്വം അപ്പോൾത്തന്നെ ഏറ്റെടുത്ത് പിംഗലനാദനും സംഘവും പുറപ്പെടുകയായി.

പല മുടുക്കുകളിലൂടെ സംഘം സഞ്ചരിക്കുമ്പോൾ സമയം പാതിരാ കഴിഞ്ഞിരുന്നു. ചുരുക്കം ചില തട്ടുകടക്കാരും ഐ റ്റി പിള്ളാരും മാത്രമേ നഗരത്തിൽ നിയമപ്രകാരം ഉണർന്നിരിക്കുന്നുണ്ടായിരുന്നുള്ളു. എന്നാൽ നിയമവിരുദ്ധമായി ധാരാളം സ്ത്രീ പുരുഷന്മാർ വാട്ട്സാപ്പിലും മെസഞ്ചറിലും കുത്തിക്കുത്തി തേഞ്ഞ വിരലുകളുമായി കട്ടിലുകളിൽ കിടന്ന് ഞെരിപിരി കൊള്ളുന്നുണ്ടായിരുന്നു. അവരുടെ ഡിജിറ്റലൈസ് ചെയ്ത പ്രണയവാചകങ്ങൾ ഒഴുകിപ്പരന്ന ആകാശം നീലാവൃതവും മലീമസവുമായിരുന്നു. ഊടുവഴികളിലൂടെ വണ്ടിയോടിക്കവേ, വിദേശ

രാജ്യങ്ങളിലിരുന്ന് ഏകാകികളായ പുരുഷന്മാർ സങ്കല്പകാമുകിമാർക്കയച്ച ഭൂഖണ്ഡാന്തര ഉമ്മകൾ പിംഗലസംഘത്തിന്റെ ആസനത്തിലൊക്കെ വന്നു വീണ് ചിതറുന്നുണ്ടായിരുന്നു.

എൻ ആർ എ 18 എന്ന മുടുക്കിലേക്ക് "കുടുംകുടും" ശബ്ദത്തോടെ ബുള്ളറ്റ് കുത്തിക്കയറ്റിയ സമയത്താണ് സമീപത്തെ ഓടയിൽനിന്നും ഒരു ഞരക്കവും "സേവ് മീ.." എന്ന കുഴഞ്ഞ ഇംഗ്ലീഷ് ഒച്ചയും പിംഗലനാദൻ കേട്ടത്. അയാൾ പെട്ടെന്ന് വണ്ടിനിർത്തി ചാടിയിറങ്ങി. മൊബൈൽ ടോർച്ച് തെളിച്ചു. പൊളിഞ്ഞ സ്ളാബിലൂടെ പാതിശരീരം ഊർന്ന് ഓടയിൽ പതിച്ച രൂപത്തിൽ കൈയിൽ മൊബൈൽ ഉയർത്തിപ്പിടിച്ച് ഞരങ്ങുന്ന സുന്ദരിയിൽനിന്നാണ് ആ രോദനമുയരുന്നതെന്ന് അയാൾക്ക് മനസ്സിലായി.

"നീയാരാണ്?" കണ്ണാടി നിലത്തുവീണു പൊട്ടുന്നത് പോലെയുള്ള തന്റെ ശബ്ദമുയർത്തി പിംഗലനാദൻ ചോദിച്ചു.

"ജംഘലപ്രഭ." പിംഗലനാദൻ അതുകേട്ട് ഞെട്ടലോടെ ടോർച്ച് തെളിച്ച് വീണ്ടും അവളെ നോക്കി. സംഘത്തിലൊരുവൻ അപ്പോൾ അവളുടെ കഴുത്തിലെ വജ്രാഭരണത്തിൽ കൈവച്ചു. പിംഗലൻ ആ കൈ വാള്കൊണ്ട് തട്ടിമാറ്റി. പതിയെ, ആവുന്നത്രയും മൃദുവായി ജംഘലപ്രഭയെ കൈപിടിച്ചു മുകളിൽ കയറ്റി.

പ്രസിദ്ധയായ അവതാരക, ചാനൽ ഡാൻസർ, പാട്ടുകാരി, വാർത്താവായനക്കാരി, എഴുത്തുകാരി, ആക്ടിവിസ്റ്റ്, സുന്ദരി എന്നീ നിലകളിൽ പ്രസിദ്ധയായ ജംഘലയുടെ ശരീരമാണോ തന്റെ പിന്നിൽ പാതിബോധത്തിൽ ജോണീവാക്കറിന്റെയും ഓടയുടെയും മിശ്രഗന്ധം വമിപ്പിച്ച് ഇരിക്കുന്നതെന്ന് ഇടയ്ക്കിടെ പിംഗലൻ തിരിഞ്ഞുനോക്കി. പിംഗലന്റെ വീരകൃത്യങ്ങൾ പലതും ജംഘലയും കേട്ടിട്ടുണ്ടായിരുന്നു.

പിംഗലൻ അവളെ തന്റെ വീട്ടിലെത്തിക്കുകയും പേരിന് മാത്രം നിലനിന്ന ശ്വാസത്തെ നെഞ്ചിലമർത്തി പുനഃസ്ഥാപിക്കുകയും ചെയ്തു. ദിവസങ്ങൾ ഏറെ വേണ്ടിവന്നുവെങ്കിലും സാന്ത്വനചികിത്സകൊണ്ട് അവൾ സാധാരണ ജീവിതത്തിലേക്ക് മടങ്ങിവന്നു. പിംഗലനാവട്ടെ തന്റെ ഉപജീവനമാർഗ്ഗമായ ഗുണ്ടാപ്പണി നിർത്തുകയും പണം പലിശയ്ക്കു കൊടുക്കുന്ന മാന്യമായ ബിസിനസ് ആരംഭിക്കുകയും ചെയ്തു. പാട്ടു പാടുക, പടം വരയ്ക്കുക, ചിരിക്കുക. തുടങ്ങി കുട്ടിക്കാലത്ത് മാത്രം നിലനിന്ന ചില ശീലങ്ങൾ അയാളിൽ വീണ്ടും പ്രത്യക്ഷമായി.

ഒറ്റമുറിക്കുള്ളിൽ കിടന്ന് തിന്നുമുടിച്ച് വിശ്രമിച്ചതിന്റെ ഫലമായി നാൾക്കുനാൾ വർദ്ധിച്ചുവന്ന ജംഘലയുടെ സൗന്ദര്യം പിംഗലന്റെ സമനില ഇടയ്ക്കിടെ തെറ്റിക്കാൻ തുടങ്ങി. അറിയാവുന്ന വാക്കുകൾ കൂട്ടിച്ചേർത്ത് പിംഗലൻ കവിത പോലും എഴുതി.

"പരാബൊള നേത്രി
നാളീകേര സ്തനച്ചി
അസ്പർശ്യ തുളച്ചി
പനസസ്യ ചന്തിനി"

കവിത എഴുതുന്നെങ്കിൽ അത് സംസ്കൃതത്തിൽ തന്നെയാവണമെന്ന് പിംഗലന് നിർബ്ബന്ധമുണ്ടായിരുന്നു. സംസ്കൃതകോളേജിൽ പഠിച്ച ഒരു ഗുണ്ടയുടെ സഹായത്തോടെ അത്യാവശ്യം എഡിറ്റ്ചെയ്ത് ഫേസ്ബുക്കിൽ പോസ്റ്റിയപ്പോൾ, ലൈക്കും ഷെയറും ചെയ്ത് മുപ്പത് സഹഗുണ്ടകളും പിംഗലനോടുള്ള വിധേയത്വം പ്രകടിപ്പിച്ചു.

അങ്ങനെയിരിക്കെ അവളുടെ മൊബൈൽ ഫോണിൽ വസന്തം വന്നു. സ്പീക്കറിൽ കിളിയൊച്ച കേട്ടു. വാളിൽ മഴവില്ല് നിറഞ്ഞു. പല വർണ്ണ പൂക്കൾ വിരിഞ്ഞു. മനുഷ്യവാസമുള്ള ഭൂഖണ്ഡങ്ങളിൽ നിന്നെല്ലാം മനോഹരമായ സ്മൈലികൾ പാറിവന്ന് മുറിയെ വർണ്ണാഭമാക്കി. ഞരക്കങ്ങളും ദീർഘനിശ്വാസങ്ങളും പുറപ്പെടുവിച്ച് ഇടതടവില്ലാതെ ജംഘല ഫോണിൽ സംസാരിച്ചു. അപരിചിതരോട് ചാനൽമലയാളത്തിലും പരിചിതരോട് നെടുമങ്ങാടൻ ഭാഷയിലും അവൾ ആശയവിനിമയം നടത്തി.

എത്ര അടക്കിവച്ചാലും പുറത്തുചാടുന്ന ആ ബലാത്സംഗിയെ ഉണർത്തിക്കൊണ്ട് ജംഘല കട്ടിലിൽ കിടന്ന ഒരുച്ചനേരം സർവ്വ നിയന്ത്രണവുംവിട്ട് പിംഗലൻ അവളുടെമേൽ ചാടിവീണു. അവളുടെ പിടച്ചിലുകളെ ഞെരിച്ചമർത്തി ബലാത്സംഗ കർമ്മം ആരംഭിച്ചു. ജംഘല വാ കീറി നിലവിളിച്ചു. ആ നിലവിളി തുറന്നുവച്ച ഫോണിലൂടെ അകലെയുള്ള ആരോ കേട്ടുവെന്ന് തോന്നിയപ്പോൾ പിംഗലൻ അത് നിലത്തെറിഞ്ഞുടച്ചു. സർവ്വ ബലവുമെടുത്ത ജംഘല അവനെ നിലത്തു തള്ളിയിട്ടു. തറയിൽക്കിടന്ന സെൽഫി സ്റ്റിക്കെടുത്ത് അവന്റെ ഉച്ചംതലയിൽ ആഞ്ഞടിച്ചു. ക്രോധാവേശിതനായ പിംഗലനാദൻ അലറിക്കൊണ്ടെഴുന്നേറ്റ് അവളുടെ കഴുത്ത് ഞെരിച്ചു.

ജംഘലപ്രഭ മരിച്ചു.

കഥ തീർന്നപ്പോൾ ഞാൻ സ്തബ്ധപ്രതിമയായി. പതിവുപോലെ അപ്പോൾ ഞങ്ങൾ വേതാളത്തിന്റെ ഫ്ളാറ്റ് മുറ്റത്തെത്തിയിരുന്നു.

“ശരി. അപ്പം നാളെ കാണാം. നല്ല ക്രൈം ത്രില്ലർ കഥ.” ഇതും പറഞ്ഞ് ഞാൻ നടക്കാൻ തുടങ്ങി.

“അവിടെ നിക്ക്.” വേതാളം എന്റെ ഷർട്ടിന്റെ കോളറിൽ കയറിപ്പിടിച്ചു. ”ചോദ്യം കേട്ടില്ലല്ലോ.”

“ആ. ശരിയാണല്ലോ.”

“എന്റെ ചോദ്യം ഇതാണ്. താങ്കൾ ജഡ്ജിയായിരിക്കുന്ന കോടതിയിൽ ഈ കേസ് പരിഗണനയ്ക്ക് വരുന്നു എന്ന് വയ്ക്കുക. പിംഗലനെ താങ്കൾ ശിക്ഷിക്കുമോ?”

“ശിക്ഷിക്കും.” എന്ന് ഒറ്റയടിക്ക് പറയാൻ തുനിഞ്ഞ ഞാൻ പെട്ടെന്ന് നിർത്തി. ന്യായാന്യായങ്ങളുടെ പുതിയ ചിന്തകൾ എന്റെയുള്ളിലൂടെ കടന്നുവരാൻ തുടങ്ങി. യഥാർത്ഥത്തിൽ നേരത്തേ തന്നെ മരിക്കേണ്ടിയിരുന്ന ആ സ്ത്രീക്ക് പിംഗലനല്ലേ ജീവിതം നീട്ടിക്കൊടുത്തത്? അയാൾ രക്ഷപ്പെടുത്തിയില്ലായിരുന്നെങ്കിൽ അവൾ അന്നുതന്നെ മരിക്കുമാ

യിരുന്നു. അവൾ അന്നേ മരിച്ചിരുന്നുവെങ്കിൽ പിംഗലനാദൻ അവളെ ബലാത്സംഗം ചെയ്യാൻ ശ്രമിക്കുമായിരുന്നില്ല. ബലാത്സംഗം ചെയ്യാൻ ശ്രമിച്ചില്ലായിരുന്നെങ്കിൽ അവൾ സെൽഫിസ്റ്റിക്കെടുത്ത് അവനെ അടിക്കുമായിരുന്നില്ല. അടിച്ചില്ലായിരുന്നുവെങ്കിൽ അവൻ ജംഘലയെ കൊല്ലുമായിരുന്നില്ല. ബോണസ് കിട്ടിയ ആ ജീവിതത്തിന്റെ അവകാശി ആരാണ്? കോടതിയാണോ? അപ്പോൾ ജംഘല ജീവിച്ചിരിക്കാൻ കാരണക്കാരനായ ഒരുവന് ആ ജീവിതം തിരിച്ചെടുത്തുകൂടേ?

"ജംഘലയും പിംഗലനും തമ്മിലുള്ള പ്രശ്നത്തിൽ ജഡ്ജിക്കെന്തു കാര്യം?"

ഞാൻ കുറേ നേരം ചിന്തിച്ചശേഷം പറഞ്ഞു: "നാളെ പറയാം." ഫ്ളാറ്റിനെതിരെയുള്ള കലുങ്കിൽ ഇരിക്കുന്ന രൂപത്തിലാണ് ഞങ്ങളെ ഇപ്പോൾ കാണപ്പെടുന്നത്. വേതാളം അയാളുടെ നീളൻ കൈ കൊണ്ട് എന്റെ കഴുത്തിൽ ചുറ്റിപ്പിടിച്ചിട്ടുണ്ട്. കൂർത്തനഖംകൊണ്ട് പിൻകഴുത്തിൽ ചുരണ്ടി തന്റെ സാന്നിദ്ധ്യം എന്നെ ഓർമ്മിപ്പിക്കുന്നു. ചുവന്നുതുടുത്ത ഉണ്ടക്കണ്ണുകൾകൊണ്ട് നോക്കുന്നുമുണ്ട്.

"പോര. നിങ്ങളിതിന്റെ ഉത്തരം ഇപ്പോൾ തന്നെ പറയണം." വേതാളം യഥാർത്ഥ വേതാളമായി എന്നെ ആലിംഗനം ചെയ്തു. അയാളുടെ മുഖം ചുവന്നു.

ഇപ്പോൾ സമയം പാതിരാത്രി കഴിഞ്ഞിരിക്കുന്നു വായനക്കാരെ, ഉത്തരം പറയാതെ ഇയാളെന്നെ വിടുമെന്നും തോന്നുന്നില്ല. ഞങ്ങൾ തമ്മിലുള്ള വ്യവസ്ഥ അങ്ങനെയായിരുന്നു. ആകപ്പാടെ എനിക്ക് പ്രതീക്ഷയുള്ളത് നിങ്ങളിലാണ്. കുറ്റം, ശിക്ഷ. ന്യായം, അന്യായം, ധർമ്മം, അധർമ്മം. കർമ്മം, വിധി തുടങ്ങിയ വിപരീതദ്വന്ദ്വങ്ങളിൽ അന്നലൂഞ്ഞാല് കെട്ടി ഞാനും എന്റെ തലച്ചോറും ആടുകയാണ്. നിങ്ങളിതിന് മറുപടി പറഞ്ഞാൽ വേതാളം എന്റെ ചുമലിൽനിന്നും കൈയെടുക്കുകയും ലിഫ്റ്റിൽ തൂങ്ങിക്കയറുകയും ആകാശത്തിനും ഭൂമിക്കുമിടയിൽ വച്ച് കൈയുയർത്തി എന്നെ അഭിവാദ്യം ചെയ്യുകയും ചെയ്യും.

ഇത് വായിച്ചിട്ട് എന്തെങ്കിലും ഉത്തരം തെളിയുന്നുണ്ടെങ്കിൽ ഇതിന്റെ താഴെ കമന്റായി രേഖപ്പെടുത്തുമല്ലോ. ഇല്ലേ?

സമകാലിക മലയാളം. 2016

ബുദ്ധിമാൻ പിന്നെയും കോണി കയറുന്നു

ഉണ്ണിക്കൃഷ്ണന്റെ ജീവിതത്തിൽ ചിത്രങ്ങളുടെ സ്വാധീനത്തെ കുറിച്ച് പറയാൻ തുടങ്ങിയാൽ ഒരു പ്രബന്ധത്തിനുള്ള വകയുണ്ടാവും. രാജാരവിവർമ്മയെക്കുറിച്ച് മൂന്നിലോ നാലിലോ പഠിച്ച ഒരു പാഠമാണ് അതിന്റെ അടിസ്ഥാനം.

കൂട്ടുകാർ കഥാകൃത്തും എഞ്ചിൻ ഡ്രൈവറും ഐസ്ക്രീം വില്പനക്കാരനും മറ്റും ആവണമെന്ന് ആശ പ്രകടിപ്പിച്ച ആ കാലത്തുപോലും വലിയ ഒരു ചിത്രകാരനാവണമെന്നാണ് അവൻ നെഞ്ചത്തടിച്ചു പറഞ്ഞത്.

ആ ലക്ഷ്യം മുന്നിൽ കണ്ടുകൊണ്ടാണ് വീട്ടിലെ ചുവരുകളിൽ കരിക്കട്ടകൊണ്ടും സ്കൂളിൽനിന്നും കട്ടെടുത്ത ചോക്ക്കൊണ്ടും അവൻ അഭ്യാസം തുടങ്ങിയത്. അമ്മ ക്രൂരമായി തടസ്സപ്പെടുത്തിയപ്പോഴൊക്കെ "ചുവരുണ്ടെങ്കിലല്ലേ, ചിത്രം വരയ്ക്കാനാവൂ," എന്ന് അനുകൂലിച്ച് അച്ഛൻ അവന് വേണ്ട പ്രോത്സാഹനങ്ങൾ നല്കി. (അയാളും ഒരു ചിത്രകാരനാവാൻ ആഗ്രഹിച്ചിരുന്നിരിക്കണം.)

പ്രായത്തോടൊപ്പം അയാൾക്കുള്ളിലെ ചിത്രകാരനും സ്വാഭാവികമായി വളരുകയും അയാൾ രവിവർമ്മയെ ഉപേക്ഷിച്ച് പാശ്ചാത്യ ചിത്രകാരന്മാരെയും സങ്കേതങ്ങളെയുംകുറിച്ചു സംസാരിച്ച് തുടങ്ങുകയും ചെയ്തു.

എന്നാൽ, കഥാകൃത്താവാൻ ആഗ്രഹിച്ചവനെ കപ്പിത്താനും ഐസ്ക്രീം വില്പനക്കാരനാവാൻ ആഗ്രഹിച്ചവനെ (സത്യത്തിൽ എപ്പോഴും ഐസ്ക്രീം കഴിക്കണമെന്നു മാത്രമാണ് അവൻ ആഗ്രഹിച്ചിരുന്നത്) റിയൽഎസ്റ്റേറ്റ്മാഫിയയും ആക്കി തീർക്കുന്ന ആ മാസ്റ്റർ ക്രാഫ്റ്റ്സ്മാൻ, ഉണ്ണിക്കൃഷ്ണനെ വെറുമൊരു സർക്കാർഗുമസ്തനാക്കുന്ന

സാങ്കേതിക പ്രവർത്തനമാണ് ചെയ്തത്. അങ്ങനെയാണ് വലകയറിയ ഫയലുകൾക്കിടയിൽ വച്ച് പഴയ സഹപാഠിയായ കഥാകൃത്ത് അയാളെ വീണ്ടും കണ്ടുമുട്ടുന്നത്. മനുഷ്യന്റെ സർഗ്ഗശേഷികളെ പൂർണ്ണമായും കരിച്ചു കളയുന്ന ആ ഭീകര ഇടത്തിൽ പോലും ഉണ്ണിക്കൃഷ്ണൻ മനോഹര ചിത്രങ്ങളുടെ സാന്നിദ്ധ്യമറിയുകയും അവയുടെ ഊർജ്ജത്തിൽ വരണ്ട ദിവസങ്ങൾ തള്ളിനീക്കുകയും ചെയ്തു പോന്നു.

ഓഫീസ് ഫയലുകളിൽ ചിതലുകൾ വരച്ചിടുന്ന ചിത്രങ്ങളാണ്, അവയ്ക്കുള്ളിൽ സമാധി കിടന്ന മനുഷ്യവ്യവഹാരങ്ങളേക്കാൾ അയാളുടെ ശ്രദ്ധയാകർഷിച്ചത്. അല്ലെങ്കിൽത്തന്നെ നൂറ്റാണ്ടുകളായി മനുഷ്യൻ എന്ന ജീവി ഒരേതരം വ്യവഹാരത്തിലാണ് ഏർപ്പെടുന്നതെന്ന് അയാൾ മനസ്സിലാക്കിയിരുന്നു. അതിലേറെയും അവന് യാതൊരു നിർണ്ണയാവകാശവുമില്ലാത്ത ഭൂമിയെയും ഭൂവല്ക്കത്തിൽ അവൻ വരച്ചുവച്ച സാങ്കല്പിക രേഖകളെയുംകുറിച്ചുള്ള തർക്കങ്ങളായിരുന്നു. മാത്രമല്ല ആധുനികയുഗത്തിൽ ഒരു ഗുമസ്തന്റെ തൊഴിൽ അധികപ്പറ്റാണെന്ന് അയാൾക്ക് ബോദ്ധ്യവുമുണ്ടായിരുന്നു.

സന്ധ്യാകാശത്ത് പ്രകൃതി വരച്ച അബ്സ്ട്രാക്റ്റ് ചിത്രങ്ങൾ കാണാൻ വേണ്ടി സ്ഥിരമെന്നോണം അയാൾ കടൽക്കരയിലേക്ക് നടക്കുകയും വൈകി മാത്രം വീടണയുകയും ചെയ്തു. കടൽക്കരയിലേക്ക് പോകുന്ന വഴിയിലാണ് നഗരത്തിൽ ഈയിടെ സ്ഥാപിച്ച സ്റ്റോക്ക് എക്സ്ചേഞ്ച്. അയാൾ കുറച്ചു നേരം അതിനു മുന്നിലും ചെലവഴിച്ചു. ഓഹരികളിലുള്ള താല്പര്യമായിരുന്നില്ല അതിനു കാരണം. എക്സ്ചേഞ്ച് ബിൽഡിങ്ങിന്റെ നടുവിൽ പതിച്ചിരുന്ന ഡിജിറ്റൽ സ്ക്രീനിൽ വെറും പുള്ളിക്കുത്തുകൾ ചേർന്ന് അക്ഷരങ്ങളും അക്കങ്ങളും കയറിയിറങ്ങുന്ന ഗ്രാഫും ഒരു ചിത്രമായി മാറുന്നത് അയാൾ ആസ്വദിച്ചു.

മനസ്സിൽ ദുഃഖം വന്നു നിറയുമ്പോൾ മൊണാലിസയുടെ നിഗൂഢമായ ചിരി (?) അയാളെ ആശ്വസിപ്പിച്ചു. മൊണാലിസയായിരുന്നു അയാളുടെ ഇഷ്ട ചിത്രം. അതുകൊണ്ടാണ് എക്സ്ചേഞ്ചിനു മുന്നിൽ വച്ചു പരിചയപ്പെട്ട മൊണാലിസയുടെ മുഖമുള്ള പെൺകുട്ടിയോട് അയാൾ പ്രണയാഭ്യർത്ഥന നടത്തിയത്. സെൻസെക്സ് 29000 കടന്ന സന്തോഷത്തിലായിരുന്നു അവളന്ന്. അവളുടെ പേര് ”ലിസ”യാണെന്ന് അറിയുന്നതോടെ കൂടുതൽ ആവേശഭരിതനാവുന്ന അയാൾ, ”നീയെന്റെ പെണ്ണാണ്”, എന്ന പൈങ്കിളി ഡയലോഗ് അടിച്ചുകൊണ്ട് അവളെ ചുംബിക്കാൻ പോലും തയ്യാറായിക്കഴിഞ്ഞു.

അങ്ങനെ ഐസ്ക്രീം പാർലറുകളിലും പാർക്കിലുമായി പ്രണയം അതിന്റെ സ്വാഭാവിക യാത്ര നടത്തുമ്പോൾ ഇതൊരു മൂന്നാംകിട പൈങ്കിളിക്കഥയായി മാറുകയാണോ എന്ന് വായനക്കാരോടൊപ്പം ഉണ്ണിക്കൃഷ്ണനും ലിസയും കഥാകൃത്തും കൂടെ സംശയിച്ചു പോകുന്നു.

നിവൃത്തിയില്ലാതെ കഥയെഴുതുന്ന ഇരുന്നൂറ്പേജ് നോട്ടുപുസ്തകം മടക്കി വച്ച് അയാൾ പുതിയ സംഭവങ്ങൾക്കായി കാത്തിരുന്നു.

വഴിയടഞ്ഞ കഥയുടെ ഭാരംകൊണ്ട് കുനിഞ്ഞ ശിരസ്സുമായി പാർക്കിലൂടെ നടക്കുമ്പോഴാണ് പ്രേമമരത്തിൽ ആരോ ഒട്ടിച്ച പോസ്റ്റർ കഥാകൃത്തിന്റെ ശ്രദ്ധയിൽപ്പെട്ടത്. ഒരു വലിയ മാവായിരുന്നു "പ്രേമമരം" എന്നറിയപ്പെട്ടത്. നൂറ്റാണ്ടുകൾ പ്രായമുള്ള ആ മരത്തിൽ എപ്പോഴും പൂക്കുന്ന ഒരു കടലാസ് ചെടിയും ഒരു വള്ളിമുല്ലയും പടർന്നു കയറിയിരുന്നു. മുല്ലയുടെ മണവും കടലാസ് പൂവിന്റെ തീവ്രമായ ചുവപ്പും മാമ്പഴത്തിന്റെ മധുരവും ചേർന്ന എന്തോ ഒന്നാണ് പ്രണയമെന്ന് ആ പാർക്കിലെ നിത്യസന്ദർശകർ കാല്പനികമായി വിശ്വസിച്ചു പോന്നു. അതിന്റെ ചുവട്ടിൽ വന്നിരുന്ന് പ്രണയിച്ചവരിൽ ആ നഗരത്തിലെ മേയറും മുൻകളക്ടറും സ്വാഭാവികമായും ഒട്ടനവധി കവികളും നിരവധി സാധാരണക്കാരും എന്തിന് ഈയിടെ പ്രമുഖ മതസംഘടനയുടെ നേതാവായി തെരഞ്ഞെടുക്കപ്പെട്ട ചെറുപ്പക്കാരൻ പോലും ഉണ്ടായിരുന്നു. അവരെല്ലാം പ്രണയിച്ചു കല്യാണംകഴിച്ചു എന്നല്ല അതിനർത്ഥം. വലിപ്പച്ചെറുപ്പമില്ലാതെ, മരം അതിനു മാത്രം കഴിയുന്ന പ്രാപഞ്ചിക സ്നേഹത്തിന്റെ തണൽ അവരുടെ മേൽ നിർല്ലോഭം പൊഴിച്ചുകൊടുത്തു.

ആ മരത്തിന്റെ നെഞ്ചിലാണ് പോസ്റ്റർ പതിച്ചിരിക്കുന്നത്: "പ്രേമിക്കരുത്." അവഗണനപോലും അർഹിക്കാത്ത വിധം ചെറിയ പോസ്റ്ററായിരുന്നിട്ടുപോലും അതിനെ വലിച്ചു കീറിക്കളയാതിരിക്കാൻ കഥാകൃത്തിന് കഴിഞ്ഞില്ല. എഴുത്തുകാർ ദീർഘദർശികളാണെന്ന ഒരുതരം അഹങ്കാരം അയാൾക്കുമുണ്ടായിരുന്നു. അതുകാരണം ചെറുതെങ്കിലും ഈ പോസ്റ്റർ അയാളെ വല്ലാതെ അസ്വസ്ഥനാക്കാൻ തുടങ്ങി. പ്രണയിക്കാൻ ആഹ്വാനം ചെയ്ത മഹാരഥന്മാരുടെ നഗരമാണിതെന്ന് ചിന്തിച്ച് കൂടുതൽ വ്യാകുലതയോടെ അയാൾ വീട്ടിലേക്ക് നടന്നു.

പിറ്റേന്ന്, പ്രേമമരത്തിൽ മാത്രമല്ല മറ്റു മരങ്ങളിലും പാർക്കിന്റെ എല്ലാ മൂലകളിലും പോസ്റ്ററുകൾ നിരന്നത് അയാൾ കണ്ടു. എന്നാൽ ഇത്തവണ പോസ്റ്ററുകൾ വലിച്ചു കീറുന്നതിനു പകരം (അതിനയാൾക്ക് ധൈര്യമുണ്ടായില്ല എന്നതാണ് വസ്തുത) "യാഹു" എന്ന് മനസ്സിൽ അലറിക്കൊണ്ട് കഥ സ്വയം ഒരു വഴി കണ്ടെത്തിയതിൽ മതിമറന്ന് അയാൾ തിരിച്ചോടി.

രക്ഷാകർത്താവില്ലാത്തവയായിരുന്നു പോസ്റ്ററുകളെല്ലാം. അവ നഗരത്തിന്റെ മുക്കിലും മൂലയിലും വരെയെത്താൻ രണ്ടോ മൂന്നോ ദിവസങ്ങൾമാത്രമേ വേണ്ടി വന്നുള്ളു. ഇപ്പോൾ ഭീഷണിയും വളർന്നു വലുതായിട്ടുണ്ട്. "പ്രേമിക്കുന്നവരെ ഞങ്ങൾ വധിക്കും." എന്നായിരുന്നു അവസാനത്തെ ഭീഷണി.

ചെറുകോളങ്ങളിൽനിന്നും മുഖപ്രസംഗംവരെ പത്രവാർത്തകൾ വളർന്നിരിക്കുന്നു. പാർക്കിൽ സംസാരിച്ചുകൊണ്ടിരുന്ന ഒരാണിന്റെയും പെണ്ണിന്റെയും മുഖത്ത് ആസിഡൊഴിച്ചു എന്നതായിരുന്നു അക്രമത്തെ കുറിച്ചുള്ള ആദ്യത്തെ വാർത്ത. പ്രേമിക്കാൻ ആഹ്വാനംചെയ്ത കവിയുടെ സ്മാരകം തല്ലിത്തകർത്ത സംഘം "പ്രണയം" എന്ന വാക്ക്

ശബ്ദതാരാവലിയിൽനിന്നും ഒഴിവാക്കണമെന്നും ആവശ്യപ്പെട്ടു. നഗരത്തിലെ കോളേജിൽ പ്രണയദിനം ആഘോഷിച്ച കുട്ടികളെ സഹപാഠികൾ തന്നെ വസ്ത്രാക്ഷേപം ചെയ്തത്രെ.

പ്രേമമരം മുറിച്ചു മാറ്റണമെന്ന് ആവശ്യപ്പെട്ടു നടത്തിയ കൺവെൻഷനിൽ നൂറുകണക്കിനാളുകൾ പങ്കെടുത്ത വാർത്തയും ചിത്രവും കഥയെഴുത്തുകാരനെ വ്യാകുലപ്പെടുത്തുക തന്നെ ചെയ്തു. പ്രേമമരം ഒരേ സമയം രണ്ട് വ്യത്യസ്തവർഗ്ഗത്തിലുള്ള ചെടികളെ ചേർത്തുനിർത്തുന്നത് വ്യവസ്ഥാപിതമായ സദാചാരനിയമങ്ങൾക്ക് എതിരാണെന്നായിരുന്നു ഉദ്ഘാടകൻ ഊന്നിപ്പറഞ്ഞത്. മാത്രമല്ല കാറ്റടിക്കുമ്പോൾ മുല്ലയും കടലാസ് ചെടിയും കൂടി അതിരുവിട്ട രീതിയിൽ ചില ചേഷ്ടകൾ കാണിക്കുന്നുണ്ടെന്നും അത് കുടുംബത്തോടൊപ്പം പാർക്കിൽ വരുന്നവർക്ക് അസ്സഹനീയമാണെന്നും കൂടി അദ്ദേഹം പറഞ്ഞത്രെ.

നഗരമനസ്സുകളിൽനിന്നും കാല്പനികത വനവാസത്തിനു പോയി. ചെറുപ്പക്കാർ ഘനയന്ത്രങ്ങളെയും ഷെയർ മാർക്കറ്റിനെയും മരസാമാനങ്ങളെയുംകുറിച്ചു മാത്രം സംസാരിച്ചു. ഇടയ്ക്കിടെ കണ്ണാടി നോക്കി സൗന്ദര്യം ആസ്വദിച്ചിരുന്ന പെൺകുട്ടികൾ ഇപ്പോൾ കണ്ണാടികളിൽ സ്വന്തം കണ്ണുകളിലെ ഭയം കണ്ട് ഭയന്നു. എപ്പോഴെങ്കിലും സംഭാഷണം പ്രണയത്തിലേക്ക് കടന്നാൽ അവർ പരസ്പരം വാപൊത്തി ശാസിച്ചു. പാർക്കിൽനിന്നും ചെറുപ്പക്കാർ അപ്രത്യക്ഷരായി. പക്ഷികൾ ദീർഘദർശികളായിരുന്നു. അവ അതിനും മുന്നേ നഗരമുപേക്ഷിച്ച് പറന്നു.

കലാപങ്ങളും വിപ്ലവങ്ങളും ഒരു പേനത്തുമ്പിന്റെ മാന്ത്രികതയിൽ സൃഷ്ടിക്കാനും തടയാനും കഴിവുള്ള കഥാകൃത്ത് മാത്രം ബുദ്ധിജീവിക്കനുയോജ്യമായ ചിരിയും ചിരിച്ച് നിസ്സംഗനായി കഴിഞ്ഞു കൂടി.

ഫുട്പാത്തിലെ ചിത്രവില്പനക്കാരന്റെ തട്ടിലിരുന്ന് മൊണാലിസ നഗരത്തെ നോക്കി ചിരിച്ചു എന്ന് എഴുതിക്കൊണ്ട് അയാൾ വീണ്ടും പേന തുറന്നു.

തന്റെ പിന്നാലെ പ്രണയാഭ്യർത്ഥനയുമായി വന്ന് പരാജിതനായി മടങ്ങിയ ചെറുപ്പക്കാരന്റെ നിരാശ നിറഞ്ഞ മുഖഭാവമാണ് നഗരത്തിൽ പ്രത്യക്ഷപ്പെട്ട പോസ്റ്ററുകൾക്കു പിന്നിൽ ലിസ കണ്ടത്. എന്നിട്ടും അവൾക്ക് ഭീതി തോന്നിയില്ല. ചെറുപ്പക്കാരും സിനിമാപോസ്റ്ററുകളുമൊഴിഞ്ഞ് അകാല വാർദ്ധക്യം ബാധിച്ച് ചുക്കിച്ചുളിഞ്ഞ നഗരനിരത്തുകളിലൂടെ നിഗൂഢമായ ആ ചിരിയും ചിരിച്ച് അവൾ നടന്നു.

ഫയലുകൾ തുറന്നടയുന്ന ശബ്ദച്ചീളുകളിലും എലികളുടെ മുരളലിലും മാത്രം ഉണ്ണിക്കൃഷ്ണന്റെ ഓഫീസ് അതിന്റെ സ്വത്വം നിലനിർത്തി. വൃദ്ധനേതൃത്വം വളരെ പെട്ടെന്നാണ് സാംസ്കാരിക പുനരുദ്ധാരണത്തെക്കുറിച്ച് പറഞ്ഞുതുടങ്ങിയത്.

എന്നാൽ എത്രവലിയ കലാപത്തിനിടയിലും മനസ്സിൽ ചിത്രങ്ങൾ വരയ്ക്കാനും പ്രണയിക്കാനും കഴിയുമെന്ന് ഉണ്ണിക്കൃഷ്ണൻ മനസ്സി

ലാക്കിയതും ഈയൊരു ഘട്ടത്തിലാണ്. അനിവാര്യമായി സംഭവിക്കേണ്ട നിശ്ചലതയിലേക്കും അകല്ച്ചയിലേക്കും ഉണ്ണിക്കൃഷ്ണന്റെയും ലിസയുടെയും പ്രണയം ചെന്നുപെട്ടു. പരസ്പരം കാണാൻ മാർഗ്ഗമില്ലാതെ രണ്ട് വിദൂര ഗ്രഹങ്ങളിലെന്നപോലെ അവർ അകന്നുപോയി.

എന്നാൽ കഥാകൃത്തിനെപ്പോലും അത്ഭുതപ്പെടുത്തിക്കൊണ്ട് പ്രണയം അതിന്റെ പാത സ്വയം കണ്ടെത്തുക തന്നെ ചെയ്തു. തന്റെ ചാറ്റ് ബോക്സ് പരിശോധിക്കണമെന്ന് ഉണ്ണിക്കൃഷ്ണന് തോന്നിയ അതേ നിമിഷം തന്നെയാണ് ലിസ "സെന്റ് മെസേജി"ലേക്ക് കർസർ കൊണ്ട് വന്നത്. ഡാവിഞ്ചിയുടെ മൊണാലിസ ആയിരുന്നു അവളുടെ പ്രൊഫൈൽ പിക്ചർ. വിഖ്യാതമായ ആ ചിരിയോടെ അവൾ പറഞ്ഞു: "നാളെ വലന്റൈൻസ് ദിനമാണ്. നമുക്ക് പ്രേമമരത്തിന്റെ ചുവട്ടിലേക്ക് പോണം. ഉണ്ണിക്കൃഷ്ണാ, മരിക്കാനും ഞാൻ തയ്യാറാണ്, നിന്നോടൊപ്പമാണെങ്കിൽ." "യെസ്" എന്നോ "നോ" എന്നോ ടൈപ് ചെയ്യാതെ അയാൾ ലോഗ് ഔട്ട് ചെയ്തു. വീട്ടിലെത്തിയിട്ടും അയാൾക്ക് ഒരു തീരുമാനമെടുക്കാൻ കഴിഞ്ഞില്ല.

സ്വന്തം പിടി വിട്ടു പോകുന്ന ഭീരുക്കളായ കഥാപാത്രങ്ങളെ താനിനി സൃഷ്ടിക്കില്ലെന്ന് കഥാകൃത്ത് ശപഥം ചെയ്തു. പരീക്ഷണമെന്ന നിലയിൽ "*you can win*" എന്ന പുസ്തകം ഉണ്ണിക്കൃഷ്ണന്റെ കൈയിൽ വച്ചു കൊടുത്തു.

പിറ്റേന്ന് വൈകുന്നേരം പഴയ ഒരു പ്രണയഗാനവും പാടിക്കൊണ്ട് ഉണ്ണിക്കൃഷ്ണനും ലിസയും തെരുവിലൂടെ നടന്നു. വഴിയോരക്കച്ചവടക്കാർ സഹതാപപൂർവ്വം തങ്ങളെ നോക്കുന്നത് അവർ ശ്രദ്ധിക്കുന്നുണ്ട്. കൂടുതൽ പേരും പരിചയക്കാരായിരുന്നു. പഴയ പുസ്തകങ്ങൾ വില്ക്കുന്ന സ്ഥലമെത്തിയപ്പോൾ അവർക്ക് വഴി തെറ്റിയെന്നു തോന്നി. അവിടമിപ്പോൾ സൈക്കിൾ വീലിൽ ചാണ ഘടിപ്പിച്ച് തുരുമ്പിച്ച പിച്ചാത്തികൾക്ക് മൂർച്ച കൂട്ടിക്കൊടുക്കുന്ന ഒരു തമിഴൻ കൈയടക്കിയിരിക്കുന്നു.

സംസ്കാരങ്ങളുടെ തകർച്ചയും മഹാമാരികളും ദർശിച്ച വിശുദ്ധമായ ആ ചിരി (?) യായിരുന്നു ലിസയുടെ മുഖത്ത്. പുറം വെളിച്ചവും അകം ഇരുളുമുള്ള വലിയ ക്യാൻവാസായി മാറിയ നഗരം മദ്ധ്യകാല യൂറോപ്പിൽ വരച്ച ഏതോ ചിത്രംപോലെ ഉണ്ണിക്കൃഷ്ണന് തോന്നി.

അവർ പ്രേമമരത്തിന്റെ ചുവട്ടിൽ വന്നിരുന്നു. ഒന്നും സംസാരിച്ചില്ല. പരസ്പരം കണ്ണുകളിൽ നോക്കിയിരുന്നു. കണ്ണുകൾ നാവിനേക്കാൾ സംവേദനശക്തിയുള്ള ഇന്ദ്രിയങ്ങളാണെന്ന് അവർക്കു തോന്നി. ഒരാൾ മറ്റൊരാളുടെ കൃഷ്ണമണികൾക്കുള്ളിൽ സ്വന്തം കണ്ണുകൾ കണ്ടു. എത്ര വിചിത്ര മനോഹരങ്ങളാണ് അവയെന്ന് പരസ്പരം പറഞ്ഞു.

പാർക്കിന്റെ കോണുകളിൽ എല്ലാ വിലക്കുകളും ലംഘിച്ചെത്തിയ മറ്റു ചില പ്രണയികളെക്കൂടി കണ്ടപ്പോൾ കഥാകൃത്തിനും സന്തോഷം തോന്നി. മരങ്ങളിൽ പൂക്കൾ നിറയ്ക്കാനും കുറെ ദേശാടനപ്പക്ഷികളെ

കൊണ്ടുവന്ന് പാടിക്കാനും താനൊരു കാല്പനികനല്ലാത്തതിനാൽ കഴിയില്ലല്ലോ എന്ന സങ്കടം മാത്രമായിരുന്നു അയാൾക്ക്.

പാർക്കിൽ ഇരുൾ വീണു തുടങ്ങി. പ്രണയികൾ അപ്രത്യക്ഷരായി.

പാർക്കിന്റെ ഏതോ കോണിൽനിന്നും അവ്യക്തമായി ആക്രോശങ്ങൾ കേൾക്കാൻ തുടങ്ങി. പെട്ടെന്ന് അത് ഒരാരവമായി വളർന്നു. ആരവങ്ങൾക്കിടയിൽ ഒരാണിന്റെയും പെണ്ണിന്റെയും രോദനം വ്യക്തമായി അവരും കേട്ടു. അവർ ചാടിയെഴുന്നേറ്റു. ആരവമിപ്പോൾ വളരെ അടുത്തെത്തിക്കഴിഞ്ഞു. മെർക്കുറിലാമ്പുകളുടെ വെളിച്ചത്തിൽ മൂർച്ചയുള്ള വാളുകൾ മിന്നിത്തിളങ്ങി. മുഖമില്ലാത്ത ഒരാൾക്കൂട്ടം.

"നില്ക്കവിടെ!"

"അവരെ പിടിക്ക്!"

ആക്രോശങ്ങൾ.

അവർ ഓടാൻ തുടങ്ങി. അവർക്കു പിന്നിൽ പ്രേമമരം വീണു. നൂറ്റാണ്ടുകളായി പ്രണയത്തിനു കാവൽ നിന്ന മാമരം തന്റെ സഖിമാർക്കൊപ്പം കറുത്ത കാലത്തിലേക്ക് കൂപ്പുകുത്തി.

അവർ പാർക്കിൽനിന്നും വെളിയിലേക്കോടി. മഹാത്മാഗാന്ധി റോഡിലൂടെ, പഴയ സ്കൂളിന് മുന്നിലൂടെ, ഗോഡ്സേ അവന്യൂവിലൂടെ അവർ നഗരാതിർത്തി കടന്നു. വൻനഗരം ചേരികളായി ലോപിക്കുകയും പിന്നെ ചതുപ്പായി അസ്തമിക്കുകയും ചെയ്തിരിക്കുന്നു. മുഖമില്ലാത്ത ഒരാരവം അവരെ പിന്തുടർന്നു. ഒടുവിൽ ആളൊഴിഞ്ഞ ഒരു പറമ്പിൽ അവർ കിതച്ചുനിന്നു.

ഇരുൾ പരിചിതമായപ്പോൾ പറമ്പിൽ ഒറ്റപ്പെട്ടു നില്ക്കുന്ന ഒരു വീട് അവർ കണ്ടു. തടികൊണ്ട് നിർമ്മിച്ച വീടായിരുന്നു അത്. മരവാതിൽ തള്ളിത്തുറന്ന് അവർ അകത്തു കയറി. വാതിൽ സാക്ഷയിട്ട് ആരവത്തെ പുറത്താക്കി.

ലിസ ഒരു മെഴുകുതിരി തപ്പിയെടുത്ത് കത്തിച്ചുപിടിച്ചു. അവളുടെ മുഖത്തു നോക്കിയിരുന്നപ്പോൾ അയാൾ ലോകത്തെ തന്നെ മറന്നു. കോണിപ്പടിയുടെ ചുവട്ടിലെ ഇത്തിരി സുരക്ഷയിൽ അവർ ഗാഢാലിംഗനത്തിൽ മുഴുകി.

കഥയിൽ കുറെ നേരത്തേക്ക് അവരുടെ ദീർഘനിശ്വാസം മാത്രം.

നേർത്ത വെട്ടത്തിൽ അവളുടെ ചുമലിലൂടെ നോക്കിയപ്പോൾ ചുവരിലെ മാറാലകൾക്കിടയിൽ പിക്കാസോയുടെ "ഗർണ്ണിക്ക" തെളിഞ്ഞു വരുന്നത് ഉണ്ണിക്കൃഷ്ണൻ കണ്ടു. അയാൾ ഞെട്ടിപ്പോയി. ഇതെങ്ങനെയാണ് ഇവിടെ വന്നത്. അയാൾ അവളെ ഉപേക്ഷിച്ച് ചിത്രത്തിന്റെ അടുത്തേക്ക് ആവേശത്തോടെ ചെന്നു. തൊപ്പിയൂരി അത് തുടച്ചു വൃത്തിയാക്കി. അവൾ ആകാംക്ഷയോടെ ഉണ്ണിക്കൃഷ്ണനെ നോക്കി നിന്നു.

"ദാ ഇതാണ് മിനോട്ടാർ. കണ്ടോ."

“ഈ കോണിയുടെ മുകളിൽ കണ്ടോ, ഇതാണ് “പഴഞ്ചൊല്ലിലെ വൃദ്ധൻ.”

ഫ്രാങ്കോയുടെ ഭീതിദമായ ഭരണം അയാൾക്കപ്പോൾ ഓർമ്മ വന്നു. കലാപ യാതനയിൽപ്പെട്ട് നിലവിളിക്കുന്ന മനുഷ്യരും ജീവികളും. ഏതു കാലത്തേക്കും പ്രസക്തമായ ചിത്രം!

പെട്ടെന്ന് വാതിലിൽ മുട്ടു കേട്ടു. “വാതിൽ തുറക്കാൻ.” ജനക്കൂട്ടം അലറി.

അവരിരുവരും കെട്ടിപ്പിടിച്ചിരുന്നു. ഭയം അവരെ അത്രമേൽ ചേർത്തിരുന്നു. അതിനിടയിലും അവന്റെ കണ്ണുകൾ ‘ഗർണ്ണിക്ക’*യിലേക്ക് നീണ്ടു.

“വാതിൽ തുറക്കാൻ.” മൃഗവും മനുഷ്യനും ഒന്നു ചേർന്ന മിനോട്ടാർ വാതിലിൽ നിന്നലറി.

അപ്പോഴാണ് ഗർണ്ണിക്കയിലിരുന്ന് വിഭ്രമിച്ച മുഖവുമായി കോണി കയറിയ വൃദ്ധൻ അവനെ ഒളികണ്ണിട്ടു നോക്കിയത്. അവൻ ലിസയുടെ പിടി വിടുവിച്ചു തള്ളിമാറ്റി. ഒരാൾക്ക് മാത്രം കയറാനാവുന്ന കോണിയിൽ അതിവേഗം കയറി. നൂറുകണക്കിന് വ്യാഖ്യാനങ്ങളുള്ള ലിസയുടെ ചിരിക്ക് അപ്പോൾ പരിഹാസം മാത്രമായിരുന്നു ഭാവം.

വാതിൽ തകർന്നു വീഴുന്നതിന്റെ പടപടപ്പും ഒരു നിലവിളിയും വേദനയോടെയുള്ള പിടച്ചിലിന്റെ ഒച്ചയും മുഖമില്ലാത്തവരുടെ ആക്രോശങ്ങളും പ്രതീക്ഷിച്ച് തട്ടിൻമേൽ മുട്ടുകുത്തി മരത്തറയിൽ ചെവിയമർത്തി ഉണ്ണിക്കൃഷ്ണൻ കാത്തിരുന്നു.

ചന്ദ്രിക ആഴ്ചപ്പതിപ്പ് 2015

* ഗർണ്ണിക്ക: പാബ്ലോ പിക്കാസോയുടെ പ്രശസ്തമായ പെയിന്റിങ്. സ്പെയിനിലെ ഗർണ്ണിക്കയിൽ നടന്ന ബോംബിങ് പശ്ചാത്തലമാക്കി വരച്ചത്.

സമാന്തരൻ

പിൻകഴുത്തിന്റെ മൃദുലതയിൽ ഇരുമ്പ് കുഴലിന്റെ തണുത്ത സ്പർശം. എഴുത്തുകാരന് അത് നിലക്കണ്ണാടിയിൽ കാണാം. അയാൾക്കുചുറ്റും കണ്ണാടികളാണ്. അതുകൊണ്ടുതന്നെ എണ്ണമറ്റ പ്രതിബിംബങ്ങളിൽ രഹസ്യപ്പൊലീസുകാരനും എഴുത്തുകാരനും അനന്തമായി ആവർത്തിച്ചുകൊണ്ടിരുന്നു.

എഴുത്തുകാരൻ ഒന്നല്ലാത്തതുപോലെ തന്നെ, രഹസ്യപ്പൊലീസുകാരൻ ഒന്നല്ലാത്തതുപോലെ തന്നെ കറുത്തനിറമുള്ള തോക്കുകളും ഇപ്പോൾ അസംഖ്യമാണ്.

മുറി നിറഞ്ഞുകവിഞ്ഞ് വെളിച്ചമാണ്. അമിതവെളിച്ചത്തിന്റെ ധവളിമയിൽ കണ്ണുമഞ്ചി ഉറക്കമിളച്ച കുറെ ദിനരാത്രങ്ങൾ അയാളുടെ സിരകളിലെ യുക്തിബോധത്തെ അസ്തമിപ്പിച്ചിരിക്കുന്നു. അയാളുടെ തന്നെ വിസർജ്ജ്യം അത് വമിപ്പിക്കുന്ന ദുർഗ്ഗന്ധംകൊണ്ട് പീഡാനുഭവങ്ങളുടെ ഓർമ്മപ്പെടുത്തലായി ടൈൽ പതിപ്പിച്ച നിലത്ത് കിടക്കുന്നുണ്ട്. കൈകാലുകൾ മുഴുത്തുമിനുത്ത ചണക്കയർകൊണ്ട് കസേരയുടെ കാലുകളിൽ ബന്ധിപ്പിച്ചിട്ടുണ്ട്. കസേരയാകട്ടെ ഇപ്പോൾ വിറയ്ക്കുന്നുമുണ്ട്.

കുമ്പിടാംകുഴിയിൽ നിന്നാരംഭിച്ച തണുപ്പ് സുഷുമ്നയെ ചൂഴ്ന്ന് ഇപ്പോൾ മരവിപ്പായി ദേഹമാസകലം പടരുന്നു. പിന്നിൽ നില്ക്കുന്ന രഹസ്യപ്പൊലീസുകാരൻ വിരൽ ഞൊടിച്ചാൽ തീരാൻ പോകുന്നത് താൻ മാത്രമല്ല, തന്റെ ചുറ്റുപാടും ബന്ധിതരായിരിക്കുന്ന അസംഖ്യം പ്രതിബിംബങ്ങൾ കൂടിയാണെന്ന ബോദ്ധ്യംവന്ന അയാൾ ഉറക്കെ നിലവിളിച്ചു. "അരുതേ, ഇവിടേക്ക് വരുമ്പോൾ എന്റെ ഉടൽ പൊതിഞ്ഞുകൊണ്ടുവന്ന ജീവൻ എന്ന മൃദുനൂലിനെ അതുപോലെ തിരികെ വിടണേ..." പ്രശസ്തനായ ആ എഴുത്തുകാരൻ തന്റെ ആടയാഭരണങ്ങളെല്ലാം ഊരിവച്ച്

മനുഷ്യൻ എന്ന ജീവി മാത്രമായി മാറി. ഉയിരിനോടുള്ള അദമ്യമായ ആർത്തിയോടെ ആ ജീവി അതിദീനനായി നിലവിളിച്ചു. രോദനം പീഡനമുറിയുടെ നാലുചുവരുകൾക്കുള്ളിൽ തട്ടി അടർന്ന് അയാളുടെ തന്നെ കാതുകളിൽ വീണു. സമദർപ്പണങ്ങളിൽ ആവർത്തിച്ചു കൊണ്ടിരുന്ന അയാളുടെ അസംഖ്യം പ്രതിരൂപങ്ങൾ ഒന്നിനുപിറകെ ഒന്നായി ശരണംവിളിപോലെ അത് ഏറ്റുവിളിച്ചു. വനജീവിയുടെ രോദനംപോലെ വികൃതമായ നിലവിളിയൊച്ച ക്രമേണ മന്ദീഭവിക്കെ അതിനെ അപ്രസക്തമാക്കുംവിധം ഒരു പൊട്ടിച്ചിരിയുയർന്നു. അല്പസമയത്തിനുശേഷം അലോസരപ്പെടുത്തുന്ന ആ ചിരി അടങ്ങി. പിന്നാലെ ഗുഹാന്തർഭാഗത്തു നിന്നെന്നപോലെ സംഭാഷണം വന്നു.

"ഹ... ഹ.... ഹ.... മരണക്കസേരയിലിരുന്ന് അവസാന ശ്വാസത്തിന് തയ്യാറാകുമ്പോൾ പോലും എത്ര സാഹിത്യപരമാണ് താങ്കളുടെ സംഭാഷണം."

തൊട്ടുമുന്നിലുള്ള പ്രതിബിംബവും അയാളും അയാളുടെ പിന്നിലുള്ള പ്രതിബിംബവും മുന്നിലുള്ള പ്രതിബിംബത്തിന്റെ പിന്നിലുള്ളതും അങ്ങനെ ആവർത്തിച്ചുകൊണ്ടിരിക്കുന്ന പ്രതിബിംബങ്ങളും തങ്ങളുടെ വിഭ്രമിച്ച കണ്ണുകളിൽ പരസ്പരം നോക്കുകയും ഉത്തരോത്തരം വികസിക്കുന്ന കൃഷ്ണമണികളിൽ ചൂഴ്ന്നിറങ്ങുന്ന ഭയം ദർശിക്കുകയും ചെയ്തു.

"ഇവിടന്ന് രക്ഷപ്പെടുവാൻ ഇനിയും അവസരമുണ്ടെന്നിരിക്കിലും അതിന് തയ്യാറാവാത്തവിധം ആദർശനിഷ്ഠയും പ്രത്യയശാസ്ത്ര വിധേയത്വവും പ്രകടിപ്പിക്കുന്ന താങ്കൾ, ഒന്നോർക്കണം, ഇന്നു ജീവിച്ചിരിക്കുന്ന ഏതൊരു എഴുത്തുകാരനും സ്വപ്നം കാണാൻ പോലും കഴിയാത്തവിധം തീക്ഷ്ണമായ അനുഭവങ്ങളിലൂടെയാണ് ഞങ്ങൾ, പാവം രഹസ്യപ്പൊലീസുകാർ, ഇക്കഴിഞ്ഞ ദിവസങ്ങളിൽ അങ്ങയെ നടത്തിച്ചു കൊണ്ടിരുന്നത്."

എഴുത്തുകാരൻ സാകൂതം അത് ശ്രദ്ധിച്ചു. "താങ്കൾക്കറിയാമോ, എന്റെ മകളും ഭാര്യയും എന്നപോലെ ഞാനും അങ്ങയുടെ ഒരു ആരാധകനാണ്. "കള്ളിയങ്കാട്ട് നീലി" എന്ന താങ്കളുടെ കഥ വായിച്ചപ്പോൾ ഒരു മുത്തശ്ശിക്കഥയുടെ സുഖമാണ് എഴുത്തുകാരാ എനിക്കു ലഭിച്ചത്. ആ കഥ പലരും പറയുന്നതുപോലെ അപ്രത്യക്ഷരാകുന്ന ആക്ടിവിസ്റ്റുകളെക്കുറിച്ചും ഭരണകൂടഭീകരതയെക്കുറിച്ചും ഉള്ളതാണെന്നും ഞങ്ങളുടെ മേധാവിയായ ബഹുമാന്യയായ മാഡത്തെ നീലിയായി ബിംബവല്ക്കരിച്ചിരിക്കുകയാണെന്നും അത് ഞങ്ങൾ ഡീകോഡ് ചെയ്തെടുത്തിട്ടുണ്ട് എന്ന വസ്തുതയും അങ്ങേക്ക് അറിവുള്ളതാണല്ലോ."

രഹസ്യപ്പൊലീസുകാരൻ തന്റെ വായനക്കാരനാണെന്ന വിവരം എഴുത്തുകാരന്റെ ആത്മാഭിമാനം ജ്വലിപ്പിച്ചു. ചേമ്പിൻതണ്ടുപോലെ വാടിയ തന്റെ കഴുത്ത് ഉയർത്തിപ്പിടിക്കാൻ അയാളപ്പോൾ വൃഥാ ഒരു ശ്രമം നടത്തി.

"കഥ വായിച്ചു കഴിഞ്ഞപ്പോൾത്തന്നെ താങ്കളുടെ ഉള്ളിൽ ഉറങ്ങിക്കിടന്ന അത്ഭുതപ്രതിഭയെ ഞാൻ മനസ്സിലാക്കി. ആ പ്രതിഭയോട് താങ്കൾ നീതിപുലർത്തുന്നില്ല എന്നും, തികച്ചും ഉപരിപ്ലവമായ ദൈനംദിന വ്യവഹാര രാഷ്ട്രീയം, മനുഷ്യാവകാശം, ആദിവാസി സ്നേഹം, ഭാഷാസ്നേഹം, പ്രകൃതിസ്നേഹം, ചാരിറ്റി തുടങ്ങിയവയിൽ കുടുങ്ങിക്കിടക്കുകയാണെന്നും മനസ്സിലായി. മാത്രമല്ല, നല്ല വായനക്കാരി കൂടിയായ എന്റെ മേലധികാരി എന്നോട് പറഞ്ഞു, അങ്ങേക്ക് അനുഭവങ്ങളുടെ കരുത്തിന്റെ കുറവുണ്ടെന്ന്. മഹത്തായ അനുഭവങ്ങളിൽനിന്നും മാത്രമേ അതിമഹത്തായ സൃഷ്ടികൾ ഉണ്ടാവുന്നുള്ളു. അതുകൊണ്ടാണ് അനുഭവങ്ങളുടെ ഫാക്ടറിയായ ഇവിടേക്ക് താങ്കളെ കൂട്ടിക്കൊണ്ടു വന്നത്."

"ഉം." ജീവിതതുല്യമായ പ്രതീക്ഷയോടെ അയാളുടെ കണ്ണുകൾ തിളങ്ങി.

ഇപ്പോൾ അയാളുടെ പിൻകഴുത്തിനെ സ്പർശിച്ചു നിന്ന പച്ചിരുമ്പിൻ മരവിപ്പ് അപ്രത്യക്ഷമായി. അയാൾ ദീർഘശ്വാസമെടുത്തു. എന്നാൽ ആ നിമിഷംതന്നെ നിരവധി ലോഹസൂചികൾ നാലുപാടും നിന്ന് അയാളുടെ നഗ്നമായ ഉടലിനെ ലക്ഷ്യംവച്ച് പാഞ്ഞുവന്നു. കൂരമ്പുകൾ പോലെ അവ അയാളുടെ ദേഹമാസകലം പതിച്ചു. ശരീരമാകമാനം പുളഞ്ഞ നീറ്റലിൽ അയാൾ വീണ്ടും ജീവനുള്ള വെറുമൊരു ഉടലായി. നിലവിളിച്ചു.

"താങ്കൾ മഹാഭാഗ്യവാനാണ് എഴുത്തുകാരാ. ഭീഷ്മരുടെ ശരശയ്യയെക്കുറിച്ച് അങ്ങ് എഴുതിയത് ഓർക്കുന്നുണ്ടാവുമല്ലോ. ആ എഴുത്തിൽ വേദനയെക്കുറിച്ചു പറയുന്ന ഭാഗത്ത് ചില പാകപ്പിഴകൾ ഉണ്ട്. അത് ആവർത്തിക്കാതിരിക്കാൻ വേണ്ടിയാണ് ഇത്തരം തീവ്രമായ അനുഭവം താങ്കൾക്ക് അനുവദിക്കാൻ ഞങ്ങളുടെ മേലധികാരിയുടെ സമക്ഷത്തിൽനിന്നും കനിവുണ്ടായിട്ടുള്ളത്."

കണ്ണുതുറന്നപ്പോൾ തന്റെ നാലുചുറ്റും സ്ഥാപിച്ചിരുന്ന കണ്ണാടികളിൽ ചിലത് അപ്രത്യക്ഷമായിരിക്കുന്നത് അയാൾ അറിഞ്ഞു. ഓരോ കണ്ണാടിയും പ്രകാശവിന്യാസത്തിലെ പ്രത്യേകത കൊണ്ട് അയാളുടെ ഓരോ ഭാഗത്തെയാണ് പ്രതിബിംബിപ്പിച്ചിരുന്നത്. ഗോവിന്ദ് പൻസാരെക്കൊപ്പം രാഷ്ട്രപതി അണിയിച്ച മെഡലായിരുന്നു ഇടതുവശത്തെ കണ്ണാടിയിൽ. ഓരോ കണ്ണാടി മാറ്റപ്പെടുമ്പോഴും അയാൾക്കുള്ളിൽ നിന്നും ഓരോ വ്യക്തിത്വം അപ്രത്യക്ഷമായിക്കൊണ്ടിരുന്നു.

"താങ്കൾ യൂണിവേഴ്സിറ്റി കോമ്പൗണ്ടിലെ മൂന്നാം നമ്പർ ക്വാർട്ടേഴ്സിൽനിന്നും പ്രഭാത നടത്തയ്ക്കിറങ്ങി. പുലർച്ചെ അഞ്ചുമണി. കണ്ണുമഞ്ചുന്ന പ്രകാശവുമായി ഞങ്ങളുടെ വണ്ടി താങ്കൾക്ക് മുന്നിൽ നിന്നു. കൂടുതൽ ബഹളമോ പിടിവലിയോ നടത്താതെ താങ്കൾ ഇവിടെയെത്തി. ഓർമ്മയുണ്ടാവുമല്ലോ?"

"ഉം." നൂറ്റാണ്ടുകൾക്ക് മുമ്പ് ശിലകളിൽ കോറിയിട്ടതുപോലെ ചില ഓർമ്മകൾ അയാളുടെ മസ്തിഷ്കത്തെ അവ്യക്തമായി സ്പർശിച്ചു.

"അങ്ങനെ താങ്കൾ അസൂയാവഹമായ അനുഭവങ്ങളിലൂടെ കടന്നു പോകുമ്പോൾ പുറത്ത് വിദ്യാർത്ഥികളും അദ്ധ്യാപകരും താങ്കളുടെയും ഈയിടെ രാജ്യത്തുനിന്നും അപ്രത്യക്ഷരായ നൂറോളം ആക്ടിവിസ്റ്റു കളുടെയും മോചനം ആവശ്യപ്പെട്ട് പ്രക്ഷോഭം ആരംഭിച്ചു."

പരിശീലിപ്പിച്ചവിധം പെരുമാറ്റശീലമുള്ള ഒരു തേരട്ട അതിന്റെ എണ്ണി യാലൊടുങ്ങാത്ത കാലുകൾ ചലിപ്പിച്ച് അയാളുടെ നഗ്നമേനിയിലൂടെ നടന്ന് ചോരനക്കാൻ തുടങ്ങി.

"നോക്കൂ, എത്തുകാരാ, മരിക്കുന്നതിനു മുമ്പ് ഇവിടെവന്ന മറ്റുള്ള വരും താങ്കൾ കടന്നുപോയ അനുഭവങ്ങളിലൂടെ സഞ്ചരിച്ചിരുന്നു. എന്നാൽ എഴുത്തുകാരൻ എന്ന നിലയ്ക്ക് താങ്കൾക്ക് കൂടുതൽ പരിഗണന വേണമെന്നാണ് ഞങ്ങളുടെ ആഗ്രഹം. കാരണം അനുഭവങ്ങ ളുടെ മൂശയിലാണ് കഥാകാരൻ വാർത്തെടുക്കപ്പെടേണ്ടത്. താങ്കൾ എഴു തിയിട്ടുണ്ടല്ലോ, ഫാസിസത്തിനെതിരെയുള്ള പോരാട്ടത്തിൽ വ്യക്തി പരാജയപ്പെട്ടാലും മനുഷ്യരാശി ജയിക്കും എന്ന്. നോക്കൂ, നാസികൾ ജൂതർക്കു കൊടുത്ത മായികവും അതിന്ദ്രീയവുമായ ആ അനുഭവം... അത് അങ്ങയെ അനുഭവിപ്പിക്കാൻ ഞങ്ങളുടെ അധികാരി സന്മനസ്സ് കാട്ടിയിരിക്കുകയാണ്."

അടുത്ത നിമിഷം ആ മുറിയിലെ വായു അപ്രത്യക്ഷമായി. ശൂന്യാ കാശത്തിന്റെ ഗുരുത്വമില്ലായ്മയിലേക്ക് എഴുത്തുകാരൻ ബാക്കിയായ അയാളുടെ നിഴലുകളോടൊപ്പം ഉയർത്തപ്പെട്ടു. ആ ശൂന്യതയിലേക്ക് വിഷവാതകങ്ങൾ ഒഴുകിവന്നു. നിറഞ്ഞു. എത്ര അടക്കിപ്പിടിച്ചിട്ടും തുറന്നുപോയ നാസാദ്വാരങ്ങളിലൂടെ അയാളുടെ ശ്വാസകോശങ്ങളുടെ കുഞ്ഞറകളിൽ വരെ ഘനവാതകങ്ങൾ നിറയ്ക്കപ്പെട്ടു. കൃശമായ ആ ഉടലിനെ വരിഞ്ഞുമുറുക്കിയ കെട്ടുപാടുകളെ അതിശക്തിയോടെ തകർത്ത് അയാൾ ചാടിപ്പിടഞ്ഞു. കണ്ണുകൾ അടയ്ക്കാഗോളങ്ങൾ പോലെ തുറിച്ചു. ഉരസ്സ് വീർത്തുപൊന്തി. വെളുത്ത പത വായിലൂടെ ഒഴുകി. നാഡികൾ ഒന്നൊന്നായി അപാരമർദ്ദത്തിൽ വിങ്ങി. ഒമ്പതു സുഷി രങ്ങളിലൂടെ സ്രവങ്ങളിറ്റു.

ഒടുവിൽ മരണത്തിന്റെ സൂക്ഷ്മരേഖയ്ക്കരികിൽ വച്ച് അയാൾ ബോധമറ്റു വീണു.

എപ്പോഴോ വിഷവാതകങ്ങളകന്നു. പഞ്ചാരിമേളത്തിന്റെ ആരോ ഹണം പോലെ ഇനിയും വിട്ടുമാറാത്ത ജീവൻ തിടംവച്ചുണർന്നു പെരുകി. നേർത്ത ബോധത്തിന്റെ അതിരിൽ അശരീരിപോലെ അയാൾ അപ്പോൾ കേട്ടു.

"അല്ലയോ, മഹാനായ എഴുത്തുകാരാ, ഇക്കാലത്ത് ജീവിച്ചിരിക്കുന്ന ഒരു മനുഷ്യനും മരണത്തെ ഇത്രയും അടുത്തുനിന്നും കണ്ടിട്ടുണ്ടാവില്ല."

താനിപ്പോഴും ജീവിച്ചിരിക്കുന്നുവെന്ന അറിവ് അയാളെ തെല്ലൊന്നുമല്ല അത്ഭുതപ്പെടുത്തിയത്.

"എന്നാൽ ഈ അനുഭവതീക്ഷ്ണത മനുഷ്യരാശിക്കു വേണ്ടി അടയാളപ്പെടുത്തി വയ്ക്കാൻ ആദ്യം വേണ്ടിയിരിക്കുന്നത് ഒരേയൊരു കാര്യമാണ്..."

അയാൾ പ്രതീക്ഷയോടെ തലയുയർത്തി ചുറ്റുംനോക്കി. നിലക്കണ്ണാടികളിൽ ഒരെണ്ണംപോലും അവശേഷിച്ചിരുന്നില്ല. അവയിൽ തെളിഞ്ഞ അയാളുടെ പ്രതിബിംബങ്ങളും ഇപ്പോൾ അവിടെയില്ല. അയാളിപ്പോൾ ഒറ്റയാണ്. ആടയാഭരണങ്ങളെല്ലാം അഴിച്ചുവച്ച തോറ്റ രാജാവിനെ പോലെ ഒറ്റ.

"... താങ്കളുടെ ജീവൻ..."

"ഞാൻ യാചിക്കുന്നു." ദീനമായ കണ്ണുകളോടെ തന്റെതന്നെ വിസർജ്ജ്യത്തിൽ ഉരുണ്ട അയാൾ തലയുയർത്തി.

"ഒരിക്കലും കുറ്റംചെയ്യാനാവാത്ത വിധം വലയം ചെയ്യപ്പെട്ട സ്വാതന്ത്ര്യത്തിലേക്ക് അങ്ങേക്ക് പോകാം."

അയാൾക്ക് പെട്ടെന്ന് പ്രതീക്ഷയുണ്ടായി. കഠിനമായ ഭയവും. അയാൾ ഞരങ്ങി.

"കുറ്റം ചെയ്യാനാവാത്ത വിധം സ്വാതന്ത്ര്യം!! ഹഹ. ഭയന്നുപോയോ? ഞാൻ മരണത്തെ അലങ്കാരവല്ക്കരിച്ചതല്ല. യഥാർത്ഥ സ്വാതന്ത്ര്യം തന്നെ."

ചില പ്രതീക്ഷകൾ. അയാളുടെ കണ്ണുകൾ സ്വയം പ്രകാശിച്ചു.

"ഹൊ. താങ്കൾ ജീവിച്ചിരിക്കുക എന്നത് താങ്കൾക്കെന്നപോലെ ഞങ്ങൾക്കും നിർബ്ബന്ധമുള്ള കാര്യമാണ്. അതുകൊണ്ട്, ഇതൊരു തീർത്ഥയാത്രയാണെന്ന് കരുതൂ. ഈ യാത്രയിൽ അങ്ങ് മനുഷ്യജീവിതത്തിന്റെ നിസ്സാരതകൾ കണ്ടറിഞ്ഞു. സർവ്വശക്തയായ മരണദേവതയെ മുഖാമുഖം കണ്ടു. ജ്ഞാനപഥം തൊട്ടു. സംസാരദുഃഖങ്ങൾക്കതീതനായി. പരബ്രഹ്മത്തെ അറിഞ്ഞു."

അയാളുടെയുള്ളിലെ എഴുത്തുകാരൻ ചില പ്രതിഷേധങ്ങളുയർത്തി. അവയെയാകട്ടെ അയാൾക്കുള്ളിലെ മനുഷ്യജീവി നിഷ്ഠുരമായി അടിച്ചമർത്തിക്കളഞ്ഞു. ആ ജീവി ദീനദീനം ഉരുവിട്ടു. "അയ്യോ, എന്റെ ജീവൻ. അതാണ് സത്യം. അതു മാത്രമാണ് സത്യം. ബാക്കിയെല്ലാം അതിന്റെ ആധാരത്തിൽ പണിഞ്ഞ മായക്കൂടുകൾ മാത്രം. എനിക്കത് തിരികെ കൊണ്ടുപോണം." പ്രകാശം മലപോലെ വിഹരിച്ച ആ ചേംബറിനുള്ളിൽ മലീമസമായ നിലത്ത് ബന്ധനസ്ഥനായ പ്രാണനു വേണ്ടി യാചിക്കുന്ന വെറുമൊരു ജീവി എന്ന അവസ്ഥയിൽ നീണ്ടകാലത്തെ സപര്യകൊണ്ട് നേടിയ പുരസ്കാരങ്ങളോ, ബിരുദങ്ങളോ, ഒരുതുള്ളി വെള്ളത്തിനു പോലും പകരമാവില്ല എന്ന് ദയനീയമായി അയാൾ മനസ്സിലാക്കുകയാണ്. നഗ്നനരൻ.

"അതുകൊണ്ട്, പുറത്തിറങ്ങിയാൽ ഉടൻതന്നെ താങ്കൾ പുറപ്പെടു

വിക്കേണ്ട ഒരു പ്രസ്താവന ഞങ്ങൾ തയ്യാറാക്കിയിട്ടുണ്ട്. അത് ഇങ്ങനെയാണ്."

"പ്രിയമുള്ളവരേ, എന്നെ കാണാതായതിൻപ്രതി നിങ്ങൾ നടത്തിയ പ്രക്ഷോഭങ്ങളിൽ നിന്നാണ് ഞാൻ എത്രമാത്രം സ്നേഹിക്കപ്പെടുന്ന വ്യക്തിയാണ് എന്ന് എനിക്ക് ബോദ്ധ്യം വന്നത്. എന്നാൽ ഈ ചെറിയ കാലയളവിൽ ജീവിതത്തെ നേർക്കുനേർ കണ്ട ഒരു യാത്രയിലായിരുന്നു ഞാൻ."

അശരീരി നിലച്ചു. അയാൾക്ക് ഭീകരമായി ദാഹിച്ചു. അയാൾ തന്റെ വരണ്ട നാവുകൊണ്ട് 'ജലം' എന്ന് ഉച്ചരിച്ചു. അപ്പോൾ ചുവരുകൾക്കിട യിൽനിന്നും ഒരു കൈനീണ്ടുവന്നു. അയാൾ സ്ഫടികപാത്രത്തിലെ വെള്ളം നാവോടടുപ്പിച്ചു. സംശയിച്ച് ഒരുനിമിഷം നിന്നു.

"ഹ.... ഹ. ഭയക്കേണ്ട. അത് ഹെംലക് എന്ന വിഷമല്ല. ജലം തന്നെ. ധൈര്യമായി കുടിച്ചോളൂ." അശരീരി. അയാളുടെ ആന്തരാവയവങ്ങളുടെ വരൾച്ചയിലൂടെ ജലം കിനിഞ്ഞിറങ്ങി. ജീവകോശങ്ങൾ തളിർത്തു. സജലമായ കണ്ണുകൾ ജീവനെ തിരിച്ചുപിടിച്ചതിന്റെ ആനന്ദം മറച്ചുവച്ചില്ല.

"ദാ. ഇങ്ങനെയാണ് താങ്കളുടെ യാത്രാപുസ്തകത്തിന്റെ തലക്കെട്ട്: 'അനുഭവങ്ങളുടെ ഹിമാലയം." എഴുത്തുകാരൻ തലകുലുക്കി.

"അത് തുടങ്ങുന്നതിങ്ങനെയാണ്,"

"പുലർച്ചെ ഞാൻ നടക്കാനിറങ്ങി. ആ സമയം അതുവരെ എനിക്കന്യമായിരുന്ന ഒരു ദിവ്യപ്രകാശം എനിക്കു മുന്നിൽ പ്രത്യക്ഷമായി. വരിക. ഇതുവരെ കാണാത്ത അനുഭവങ്ങളുടെ ഹിമാലയത്തിലേക്ക് ഞാൻ നിന്നെ ക്ഷണിക്കുന്നു. എനിക്ക് പോകാതിരിക്കാനായില്ല. വെളിച്ചം എന്നെ നയിച്ചു."

അശരീരി നിലച്ചു. പേജുകൾ മറിയുന്ന ശബ്ദം.

"ഹിമാലയത്തിലേക്കായിരുന്നു എന്റെ യാത്ര. ഒറ്റയ്ക്ക്. ഉയിരറ്റു മാറുന്ന തണുപ്പിൽ ആത്മപീഡയുടെ മടക്കുപർവ്വതങ്ങൾ ഞാൻ ചവിട്ടിക്കയറി. ഒരു റിവോൾവർ സ്പർശംപോലെ എന്റെ ഉടലിനെ മരവിപ്പിച്ച കൊടുംതണുപ്പ്."

അശരീരി ഒന്നു നിർത്തി.

"ഓർമ്മയുണ്ടല്ലോ, അല്ലേ. അതുപോട്ടെ. എങ്ങനെയുണ്ട് എന്റെ ഭാഷ. ഞങ്ങൾ രഹസ്യപ്പൊലീസുകാരിലും സർഗ്ഗപ്രതിഭകളുണ്ടെന്ന കാര്യം താങ്കളെ അത്ഭുതപ്പെടുത്തുന്നില്ലേ?"

അയാൾ തുടർന്നു:

"ഒടുവിൽ കൈലാസപർവ്വതത്തിനു മുകളിൽ ശ്വാസം നിലച്ച് ഞാൻ നിന്നു."

എത്ര വ്യംഗ്യമാണ് ഈ എഴുത്ത്. എഴുത്തുകാരൻ അതിശയിച്ചു.

"ഹ....ഹ. ചുറ്റും ജലമുറഞ്ഞ ഹിമാനികൾക്കിടയിൽ ഒരിറ്റു ദാഹജലത്തിനായി ഞാൻ കിണഞ്ഞു. ഒടുവിൽ പരബ്രഹ്മത്തിൽ

നിന്നെന്നപോലെ നീണ്ടുവന്ന കൈ എനിക്ക് പാനപാത്രം നീട്ടി. അമൃത് പോലെ മൃദുവായ ജലം ഞാൻ കുടിച്ചു. അതോടെ എന്റെയുള്ളിൽ തിടം വച്ചു കിടന്ന അജ്ഞാനത്തിന്റെ തിമിരുകൾ ഒന്നൊന്നായി ഉടഞ്ഞുവീണു. എന്നെ വരിഞ്ഞുനിന്ന അസംഖ്യം നിഴലുകൾ അപ്രത്യക്ഷമായി. ഞാൻ ജ്ഞാനിയായി.”

വിജനമായ ഒരു റെയിൽവേസ്റ്റേഷനിലാണ് അയാളിപ്പോൾ നില്ക്കുന്നത്. ആരോ അയാളെ അവിടെ കൊണ്ടു വിട്ടിട്ട് ഒരുനാഴിക മാത്രമേ ആവുന്നുള്ളു. കണ്ണുതുറന്നപ്പോൾ അയാൾ സ്വയം നോക്കി. കാണാതായ ദിവസം ധരിച്ചിരുന്ന നീളൻ കുർത്തയും പൈജാമയും ആണ് ഇപ്പോൾ അയാളുടെ വേഷം. ജീവനു വേണ്ടി വിലപിച്ച ജീവിയല്ല അയാളിപ്പോൾ. അയാളിലെ സംസ്കാര വ്യക്തികൾ ഓരോന്നോരോന്നായി സടകുടഞ്ഞെണീറ്റു. എണ്ണമറ്റ പുരസ്കാരങ്ങളാലും ബഹുമതികളാലും അലങ്കരിക്കപ്പെട്ട പല പ്രതിരൂപങ്ങൾ അയാൾക്കുള്ളിലെ ജീവിയെ നിന്ദയോടെ നോക്കി.

പോയ ദിവസങ്ങളിൽ സംഭവിച്ച കാര്യങ്ങളോർത്ത് അയാൾ സ്വയം ചെറുതാകാൻ തുടങ്ങി. താൻ സഞ്ചരിച്ചത് ആത്മനിന്ദയുടെ മടക്കുപർവ്വതങ്ങളിലൂടെയായിരുന്നുവെന്ന് അയാളപ്പോൾ ഓർത്തു.

ജീവിയുടെ ദൈന്യത്തിനും മനുഷ്യന്റെ അഭിമാനത്തിനുമിടയിൽ അയാൾ രണ്ടുപാളങ്ങളുടെ സമാന്തരമദ്ധ്യത്തിൽ നിശ്ചലനായി. അയാൾക്കുള്ളിലെ ജീവി ക്രമേണ അപ്രത്യക്ഷനായി. ഭിന്നവേഷധാരികളായ അഭിമാനികളായ മനുഷ്യപ്രതിബിംബങ്ങൾ ഉള്ളിലെ ഉറവപൊട്ടി പുറത്തുചാടി അയാളെ ചോദ്യം ചെയ്യാൻ തുടങ്ങി.

ഏറെ മുമ്പൊന്നുമല്ലാതെ ജീവനു വേണ്ടി യാചിച്ച് വിലപിച്ച മനുഷ്യൻ എന്ന ആ ജീവി, നെഞ്ചുവിരിച്ച് ട്രാക്കിൽ നിന്നു.

അനുഭവങ്ങളുടെ ആ ഹിമപർവ്വതത്തിലേക്ക് ഒരു കൂറ്റൻ തീവണ്ടിയുടെ “ടക.... ടക” കേൾക്കായി.

ദേശാഭിമാനി 2017

9 789386 637291

Printed by Libri Plureos GmbH in Hamburg, Germany